அருவருப்பான விவகாரம்

ஃபியோதர் தஸ்தயேவ்ஸ்கி

அருவருப்பான விவகாரம்

ஃபியோதர் தஸ்தயேவ்ஸ்கி

தமிழில்: ரா. கிருஷ்ணய்யா

ரிதம் வெளியீடு

அருவருப்பான விவகாரம்
ஃபியோதர் தஸ்தயேவ்ஸ்கி
மொழிபெயர்ப்பு: ரா. கிருஷ்ணய்யா ©

Aruvaruppaana Vivagaaram
Fyodor Dostoevsky
Translation: Ra. Krishnaiya ©

1st Edition: Dec 2022
Pages: 96   Price: Rs. 99
ISBN: 978-93-93724-56-4

Publishing Editor
T. Senthil Kumar

Published by:
Rhythm Veliyeedu
New No.58, Old No.26/1, 1st Floor,
Alandur Road, Saidapet,
Chennai - 600 015, Tamil Nadu, INDIA
Ph : (044) 2381 0888, 2381 1808, 4208 9258
E-mail : senthil@rhythmbooks.in
Web : www.rhythmbooksonline.com

Book Layout by
Visual Vinodh - 9500149822

அருவருப்பான விவகாரம்

இந்த அருவருப்பான விவகாரம், அடங்காத் துடிப்போடும் இரங்கத்தக்க அப்பாவித்தனமான ஊக்கத்தோடும் நமது அருமைத் தாயகத்தின் மறுமலர்ச்சி ஆரம்பாகி, அதன் தீரப் புதல்வர்களது நெஞ்சம் புத்தார்வத்தாலும் புது நம்பிக்கையாலும் உந்தப்பட்ட ஒரு நேரத்தில் நடைபெற்றது. குளிர் காலத்தில் வானம் தெளிந்திருந்த ஓர் இரவில் மணி பதினொன்றுக்கு மேலிருக்கும், பீட்டர்ஸ்பர்க்[1] புறத்தில் அழகான இரண்டடுக்கு மாளிகை ஒன்றில் யாவும் வசதியாய், ஏன் சொகுசாகவுங்கூட அமைந்திருந்த ஓர் அறையில் அமர்ந்து மதிப்புக்குரிய மூன்று கனவான்கள் மிகவும் சுவராஸ்யமான ஒரு பிரச்சினை குறித்து சிறப்புக்குரிய ஆழ்ந்த முறையில் உரையாடிக் கொண்டிருந்தனர். மூவரும் ஜெனரல் பட்டத்[2]துக்கு உரிய உயர் அதிகாரிகள். சிறுமேஜையைச் சுற்றி நேர்த்தியான மெல்லணைச் சாய்வு நாற்காலிகளில் உட்கார்ந்து அமைதியாகவும் சொகுசாகவும் ஷம்பெய்ன் பருகியவாறு உரையாடினர். பாதி அளவுக்கு ஐஸ் கட்டிகள் நிறைந்த ஒரு வெள்ளி வாளியினுள் அந்த மதுப் புட்டி மேசையின்மீது இருந்தது. வீட்டுக்காரராகிய தனி ஆலோசகர் ஸ்தேப்பான் நிக்கீஃபரவிச் நிக்கீஃபரவ் அறுபத்தைந்து வயதான நிரந்தர பிரம்மச்சாரி. இப்பொழுதுதான் அவர் இந்த வீட்டை விலைக்கு வாங்கி இங்கு குடி வந்திருந்தார்.

---

1. பழைய பீட்டர்ஸ்பர்க் நகர் அதன் ஆறுகளால் நான்கு பகுதிகளாய்ப் பிரிக்கப்பட்டிருந்தது. அவை வீபர்கு, பீட்டர்ஸ்பர்க், வசீலியெவ்ஸ்கயா, அட்மிரால்ஸ்கயா புறங்கள் என்பதாய் அழைக்கப்பட்டன (ப-ர்)

2. ஜார் கால ருஷ்யாவில் சிவில் துறை அதிகாரிகளின் உயர் பிரிவுகளைச் சேர்ந்த தனி ஆலோசகர், அரசு உயர்நிலை ஆலோசகர், அரசு ஆலோசகர் ஆகிய பதவிகள் வகித்தோர் ஜெனரல் என்னும் பட்டத்துக்கு உரியவர்களாக இருந்தனர் (ப-ர்)

பிறந்த தினம் கொண்டாடும் பழக்கமில்லாதவர் என்றாலும் இம்முறை அவருடைய பிறந்ததினம் மனைபுகு விழாவுடன் இணைந்து விட்டபடியால் இரண்டையும் முன்னிட்டு இந்தக் கொண்டாட்டத்துக்கு ஏற்பாடு செய்திருந்தார். உண்மையில் இதை பெரிய ஒரு கொண்டாட்டம் என்று கூறுவதற்கில்லை. ஏனெனில் மேலே நாம் கூறியது போல இரண்டே விருந்தினர்கள்தான் கூடியிருந்தனர். இருவரும் திருவாளர் நிக்கீஃப்பரவின் கீழ் வேலை செய்த அவரது முன்னாள் கூட்டாளிகள், இருவரும் அரசு உயர்நிலை ஆலோசகர்கள் - அவர்களுடைய பெயர்கள்: செமியோன் இவானவிச் ஷிப்பு லேன்கோ, இவான் இலியீச் பிரலீன்ஸ்கி. தேநீர் விருந்துக்காக ஒன்பது மணி அளவில் இருவரும் வந்திருந்தனர், பிறகு ஷம்பெய்ன் அருந்த முற்பட்டனர்.

சரியாகப் பதினொன்றரை மணிக்கு விடைபெற்றுக்கொண்டு புறப்பட்டுவிட வேண்டுமென்று இருவருக்கும் தெரியும், ஏனெனில் அவர்களை விருந்துக்கு அழைத்திருந்தவர் எல்லாவற்றையும் நேரம் பிசகாமல் மணிப்படி ஒழுங்காகச் செய்கிறவர். அவரைப் பற்றி சில வார்த்தைகள் - எளிய சிறிய அதிகாரியாக வாழ்க்கையைத் தொடங்கியவர்; தாம் வந்தடையப் போகும் உயர் பதவியை நன்கு உணர்ந்தவராய்ப் பொறுமையுடன் நாற்பத்தைந்து ஆண்டுகளாக வேலை செய்தவர்; ஏற்கெனவே இரு நட்சத்திரப் பதக்கங்கள் பெற்றவர் தான் என்றாலும் வானத்து நட்சத்திரங்களைத் தம்மால் எட்டிப் பிடித்து விட முடியுமென்ற எண்ணம் சிறிதும் இல்லாதவர்; இன்னும் முக்கியமாக எந்த விவகாரத்திலும் முந்திக் கொண்டு தமது சொந்த அபிப்பிராயத்தைக் கூற ஆசைப்படாதவர், அவர் நேர்மையானவர், அதாவது குறிப்பிடத்தக்கவாறு நேர்மையற்ற காரியம் எதுவும் செய்யும்படியான அவசியம் அவருக்கு ஏற்பட்டதில்லை; முற்றிலும் தன்னலங்கருதிப் பிரம்மச்சாரியாய் இருந்து வருகிறவர்; முட்டாள் அல்ல என்றாலும் முன்னிலையிலே நின்றவரல்ல. யாவற்றுக்கும் மேலாக ஒழுங்கின்மையும் ஆர்ப்பாட்டமும் அவருக்குப் பிடிக்கவே பிடிக்காது. ஆர்ப்பாட்டத்தை அவர் தார்மீக ஒழுங்கின்மையாகக் கருதினார். வாழ்வின் கடைசிப் பகுதியை நெருங்கியதும் தமது இனிமையான, அசட்டுத்தனமான சொகுசு வாழ்க்கையிலும் தனிமையிலும் மூழ்கிவிட்டார். அவர் மேல்தரத்தவர்களைச் சில சமயம் போய் கண்டு வருவது

உண்டென்றாலும் இளம் வயதிலிருந்தே தம் வீட்டுக்கு யாரையும் அழைத்து உபசரிக்க விரும்பியதில்லை. சில காலமாகத் தனியாள் சீட்டாட்டத்தில் பொழுதைப் போக்காத நேரங்களில் தமது கடிகாரமே ஏற்ற துணையென்று, கணப்படுப்பு மேடையின் மீது கண்ணாடிக் கவிகையினுள் இருந்து அது எழுப்பிய 'டிக் டிக்' ஒலியைக் கேட்டவாறு அசங்காது உட்கார்ந்திருப்பது வழக்கமாகிவிட்டது. மதிப்புக்குரிய தோற்றமும் மழுக்கச் சிரைத்த முகமும் உடையவராக இருந்தார். அவருடைய வயதுக்கு மிகவும் இளையவராகத் தோன்றினார். உடல் நலக் குறை ஏதுமின்றி நல்லபடியாக இருந்தார், இன்னும் நெடுங்காலத்துக்கு நல்லபடியாகவே இருக்கப் போகிறவர் என்பதையும் காட்டிக்கொண்டார். கனவானுக்கு ஏற்ற நாசூக்கான முறையில் நடந்து கொண்டார். அவர் வகித்த பதவி ஓரளவு வசதியானது, அமர்வுகளில் கலந்து கொள்வதையும் சிற்சில பத்திரங்களில் கையொப்பமிடுவதையும் தவிர்த்து அதிக வேலைகள் இல்லை. சுருக்கமாய்ச் சொல்வதெனில் மிகச் சிறந்தவராக எல்லோராலும் கருதப்பட்டவர். அவரிடம் ஒரேயொரு அடங்காத வேட்கை, அல்லது இன்னும் நல்லபடியாகச் சொல்வதெனில் ஆர்வமிக்க விருப்பம் இருந்து வந்தது - தனக்கென சொந்த வீடு ஒன்றை, உறுதியாய் அமைந்த நல்ல வீடாக மட்டுமின்றி மெய்யான பிரபுவின் வீடாகவும் இருக்கக் கூடிய ஒன்றைப் பெற வேண்டுமென விரும்பினார் அவர். முடிவில் அவருடைய இந்த விருப்பம் நிறைவேறியது, பீட்டர்ஸ்பர்க் புறத்தில் ஒரு வீட்டைத் தேர்ந்தெடுத்து விலைக்கு வாங்கிக் கொண்டு விட்டார் ஓரளவு தொலைவில் அமைந்ததெனினும் தோட்டமுடையது, அது மட்டுமல்ல கண்ணைப் பறிக்கும்படியானது. வீட்டின் புதிய உடைமையாளர் விருந்தினர்களை வீட்டுக்கு அழைத்து உபசரிக்க விரும்பாதவரானதால் தாம் தொலைவிலே வாழ்வதும் நல்லது தான் என்று நினைத்தார். அவர் வெளியே போய் யாரையும் பார்த்துவிட்டு வரவும் அலுவலகத்துக்குச் சென்று வரவும் அவரிடம் இரண்டு பேர் அமரக்கூடிய சாக்லெட் நிறமுள்ள அழகான கோச் வண்டியும், சிறியவை ஆயினும் வலுவான கண்ணுக்கு இனிய ஒரு ஜோடிக் குதிரைகளும் இருந்தன, மிஹேய் என்றொரு வண்டிக்காரனும் இருந்தான். நாற்பது ஆண்டுகளாக அவர் கையாண்ட கடுஞ்சிக்கனத்தால் கைவரப்

தமிழில்: ரா. கிருஷ்ணய்யா | 7

பெற்றவை இவை யாவும். ஆகவே இதெல்லாம் குறித்து இப்பொழுது அவர் மனம் மகிழலாம்.

எனவே தான் வீட்டை வாங்கி அங்கே குடி வந்ததும் ஸ்தெப்பான் நிக்கீஃபரவிச், இதுவரை தமது மிக நெருங்கிய நண்பர்களுக்குங்கூடத் தெரியாதபடிக் கவனமாக மறைத்து வந்திருந்த தனது பிறந்த நாளன்று விருந்தினர்களை அழைத்துக்கொண்டாடும் அளவுக்கு அவருடைய நிம்மதியான இதயம் நிறைவு பெற்றுவிட்டது. அத்துடன் தமது விருந்தினர்களில் ஒருவரிடம் அவர் பேச வேண்டியிருந்த காரியமும் ஒன்று இருந்தது. தமது வீட்டின் மாடிப் பகுதியில் மட்டுமே அவர் குடியிருந்தார், அந்த மாடிப் பகுதியைப் போல அமைந்திருந்த கீழ்ப் பகுதியை வாடகைக்கு எடுத்துக் கொள்ளக் கூடியவர் ஒருவர் அவருக்குத் தேவைப்பட்டார். ஸ்தெப்பான் நிக்கீஃபரவிச் இது விஷயமாய் செமியோன் இவானவிச் ஷிப்புலேன்கோவின் மீது ஒரு கண் வைத்திருந்தார். அன்று மாலை உரையாடலின் போது இருமுறை அவர் இது குறித்துப் பேச்செடுத்துப் பார்த்தார். ஆனால் செமியோன் இவானவிச் இதைப் பற்றி வாய் திறக்காமலே இருந்துவிட்டார். இவரும் பாடு பட்டு உழைத்து சிறுகச் சிறுகத் தமக்குப் பாதையைச் செப்பனிட்டு வாழ்க்கையில் முன்னேறியவர்தான். கரிய முடியும் கிருதாவும் உடையவர், அவருடைய முகபாவத்தில் ஏதோ ஒருவகைச் சிடுசிடுப்பு நிரந்தரமாகக் குடிகொண்டிருந்தது. அவர் திருமணமானவர், வெளியில் அதிகம் போகாமல் வீட்டிலே இருந்து கொண்டு சிடுசிடுத்து வீட்டிலுள்ளவர்களை எந்நேரமும் பயந்து நடுங்கச் செய்வார். அபாரத் தன்னம்பிக்கையுடன் தமது வேலைகளை எல்லாம் செய்து முடிப்பவர் என்பதுடன் தாம் அடையப் போகும் உயர் பதவியையும், அதனிலும் அதிகமாகத் தாம் அடைய முடியாதையும் தீர்க்கமாக அறிந்தவர். நல்ல பதவியில் இருந்தார், அதோடு அதை இறுகப் பற்றிக் கொண்டும் இருந்தார். அப்பொழுது பிறக்க ஆரம்பித்த புதிய சகாப்தத்தை ஒரு வகைக் குரோத உணர்ச்சியோடுதான் பார்த்தார் என்றாலும், அது குறித்து அவர் ஒன்றும் கலவரமடைந்து விடவில்லை, தன்னம்பிக்கை மிக்கவராகவே இருந்தார், புதிய காலம் குறித்து இவான் இலியீச் பிரலீன்ஸ்கியின் தடபுடலான பேச்சுக்களை ஏளனச் சிரிப்புடன்தான் கேட்டுக் கொண்டிருந்தார். எல்லோருமே இதற்குள் கொஞ்சம் போதையுற்றுக் கிறங்கிய நிலையில் இருந்தனர் என்பதைக் குறிப்பிட வேண்டும்.

ஸ்தெப்பான் நிக்கீஃப்பரவிச்சுங்கூட தமது உயர்நிலையிலிருந்து இறங்கி புதிய காலங்குறித்து திருவாளர் பிரலீன்ஸ்கியுடன் சிறிது நேரம் வாக்குவாதம் புரியமளவுக்குச் சென்றுவிட்டார். இப்பொழுது நாம் மேதகு திருவாளர் பிரலீன்ஸ்கியைப் பற்றி சில வார்த்தைகள் கூற வேண்டும், அவர்தான் இந்தக் கதையின் நாயகன். எனவே இது மிகவும் அவசியமாகும்.

அரசு உயர்நிலை ஆலோசகர் இவான் இலியீச் பிரலீன்ஸ்கி நான்கு மாதங்களுக்கு முன்புதான் மேதகு என்னும் சிறப்பு அடைமொழிக்கு உரியவரானார், அதாவது அண்மையில்தான் அவர் ஜெனரல் பட்டம் பெற்றிருந்தார். வயதிலும் அவர் இளையவர்தான், நாற்பத்து மூன்றுக்கு மேல் ஆகவில்லை. பார்ப்பதற்கு இன்னுங்கூட இளையவராகத் தோன்றினார், அவ்வாறே தோன்ற வேண்டுமென்றும் விரும்பினார். உயரமாகவும் கண்ணுக்கு இனியவராகவும் இருந்தார், ஆடம்பரமாக உடுத்திக்கொண்டு தமது நாகரிக உடைகள் குறித்துப் பெருமிதப்பட்டுக்கொண்டார். மிகவும் பாங்காகவும் எடுப்பாகவும் தமது நட்சத்திரப் பதக்கத்தை அணிந்து கொண்டார். சிறுபிள்ளையாக இருந்தபோது கற்றுக்கொண்ட பிரபுக்குல நடை மற்றும் பாவனைகள் சிலவற்றை அவ்வப்பொழுது பகட்டாக வெளியே காட்டிக்கொண்டார். இன்னமும் பிரம்மச் சாரியாகவே இருந்து வந்த அவர் பணக்கார வீட்டுப் பெண்ணாக, ஏன் பிரபுக்குலத்துப் பெண்ணாகவுங்கூடப் பார்த்து மணம் முடித்துக்கொள்வது குறித்துக் கனவு கண்டு வந்தார். அசடாக இல்லை என்றாலும்கூட இன்னமும் அவர் ஆகாயக் கோட்டைகள் கட்டிக்கொண்டு தான் இருந்தார். தடபுடலாகப் பேசும் சுபாவமுடையவர், நாடாளுமன்ற பாணியில் உரை நிகழ்த்த விரும்பினார். உயர்ந்த குடும்பத்திலிருந்து வந்தவர், ஜெனரலின் புதல்வராய்ப் பிறந்தவர், ஆடம்பரத்திலும் படாடோபத்திலும் ஆசை கொண்டவர். சிறு வயதில் அவர் வெல்வெட்டும் சல்லாத் துணியும் உடுத்தியவர், பிரபுக் குலத்தவரின் பள்ளியில் படித்தவர். அங்கு அவர் கல்வியறிவு அதிகம் பெற்றுவிடவில்லை என்றாலும் அவருடைய அலுவலகத்தில் நன்றாகவே வேலை செய்தார், ஜெனரல் பட்டம் பெறும் அளவுக்கு உயர்ந்து சென்றார். அவருடைய மேலதிகாரிகள் அவரைத் திறமை மிக்கவராகக் கருதியதோடு, மேலும் பல சிறப்புக்கள் பெறுவார் என்றும் எதிர்பார்த்தனர். ஆனால் அவருடைய உத்தியோக

வாழ்க்கையின் தொடக்கம் முதலாக அனேகமாய் ஜெனரல் பதவிக்கு உயர்வு பெறும் வரையில் அவருக்குத் தலைமை அதிகாரியாய் இருந்து வந்த ஸ்தெப்பான் நிக்கீஃப்பரவிச் என்றுமே அவரை அப்படி ஒரு திறமைசாலியாகக் கருதியதும் இல்லை, அவரிடமிருந்து அதிகம் எதிர்பார்த்ததும் இல்லை. ஆயினும் ஸ்தெப்பான் நிக்கீஃப்பரவிச்சுக்கு அவரைப் பிடித்திருந்தது; உயர்ந்த குடும்பத்தில் பிறந்தவர், சொத்துடையவர் - அதாவது சிப்பந்தி ஒருவரால் நிர்வகிக்கப்பட்டு வந்த ஒரு மாளிகையின் சொந்தக்காரர் - ஓரளவு உயர்நிலையிலிருந்த மேன்மக்கள் சிலரின் உறவினர் என்றும், உயர் குலத்தவரின் நடையுடை பாவனைகளைப் பெற்றிருந்தார் என்றும் அவர்மீது மதிப்பு வைத்திருந்தார். அவருடைய மிதமிஞ்சிய கற்பனைக்காகவும் யோசனையில்லாத, சிறுபிள்ளைத் தனமான போக்குக்காகவும் ஸ்தெப்பான் நிக்கீஃப்பரவிச் தன் மனத்துள் அவரைக் கண்டித்து வந்தார். இவான் இலியீச்சுங்கூட தான் அளவு மீறி தன் வயப்பட்டு விடுவதையும், தொட்டாச்சிணுங்கியாகி விடுவதையும் சில நேரங்களில் உணர்ந்து வருந்துவது உண்டு. காரணம் என்னவென்று அறியாமலே அடிக்கடி தன்னைத்தானே கண்டித்துக்கொண்டு மனம் நொந்து கொள்வார், தமது நெஞ்சு உறுத்தும்படியாகத் தான் ஏதோ தவறு செய்து விட்டது போல வருந்துவார். தான் நினைக்க விரும்பியது போல உண்மையில் அவ்வளவு உயர்ந்த நிலையை இன்னமும் வந்தடையவில்லை என்பதைத் தனக்குத்தானே ஒத்துக்கொண்டு கசப்பும் மன வேதனையும் அடைவார். அத்தகைய தருணங்களில், முக்கியமாக அவருடைய மூல வியாதியின் உபத்திரவம் அதிகமாகிவிடும்போது, அவர் அறவே நம்பிக்கை இழந்து மனம் சோர்ந்து விடுவார், அப்பொழுது அவர் தமது வாழ்க்கையே விரயமாகிவிட்டதாகத் தம்முள் கூறிக் கொள்வார், தமது நாடாளுமன்ற வல்லமையில் தனக்குள்ள அந்தரங்க நம்பிக்கையையுங்கூட இழந்து, உளறுவாயன் என்றும் வாய் வீச்சுக்காரன் என்றும் தன்னைத்தானே கடிந்து கொள்வார். இது மெச்சத்தக்கதே என்றாலுங்கூட, இதன்பின் அரை மணி நேரத்துக்கெல்லாம் சிறிதும் தயக்கமின்றி நெஞ்சை முன்னால் தள்ளிக்கொண்டு நிமிர்ந்து நின்று புது உற்சாகம் பெற்று, நான் எப்பேர்ப்பட்டவன் என்று காட்டுகிறேனா இல்லையா பார், உயர் அதிகாரியாக மட்டுமின்றி பெரும் புகழுக்குரியவனாகவும், ருஷ்ய நாடு நெடுங்காலம் நினைவில் வைத்திருக்கப் போகும்

புகழுக்கு உரியவனாகவும் பெயரெடுக்கிறேனா இல்லையா பார் என்று முன்னிலும் உறுதியாகவும் ஆணவமாகவும் தம்முள் கூறிக்கொள்ள ஆரம்பித்துவிடுவார், அவருக்கு நினைவுச் சின்னங்கள் எழுப்பப்படும் காட்சி சில நேரங்களில் மெய்யாகவே அவர் மனக்கண்முன் தெரியும். இவான் இலியீச் உயர் சிகரங்களை எட்டிப் பிடிக்க நினைத்த போதிலும் தெளிவற்ற தமது கனவுகளையும் ஆசைகளையும் ஓரளவு அவநம்பிக்கை கொண்டவராகத் தம்முள் ஆழ் மட்டத்தில் மறைத்து வைத்திருந்தார் என்பதையே இவை யாவும் காட்டுகின்றன. சுருக்கமாய்ச் சொல்வதெனில் அவர் நல்ல மனிதர், அந்தரங்கத்தில் கவிஞராக இருந்தவர். கடந்த சில ஆண்டுகளாக வேதனை தரும் சோர்வு மனப்பான்மை பீடித்துக் கொண்டு விடும் தருணங்கள் மேலும் மேலும் அடிக்கடி அவருக்கு வர முற்பட்டன. எடுத்ததற்கெல்லாம் கோபங்கொள்ளவும் சந்தேகப்படவும் ஆரம்பித்தார், இம்மியளவேயான எதிர்ப்பையும் தமக்கு நேர்ந்த இழுக்காகக் கருதலானார். ஆனால் ருஷ்யாவில் தோன்றிய புதுமலர்ச்சி அவரிடம் நம்பிக்கையைக் கிளர்ந்தெழச் செய்து விட்டது. அவர் ஜெனரல் பட்டத்துக்குரியவராகப் பதவி உயர்வு பெற்றதானது இந்த நம்பிக்கையை மேலும் உறுதியடையச் செய்தது. அவருக்குப் புதுத் தெம்பு பிறந்தது, கம்பீரமாகத் தலை நிமிர்ந்து நடக்கலானார். புத்தம் புதிய விவகாரங்களை எல்லாம் அதிவேகமாகவும் உற்சாகத்துடனும் உடனுக்குடன் தெரிந்துகொண்டு அவை குறித்து நிரம்பப் பேசினார், நாவன்மையுடன் அலுக்காமல் பேசினார். எப்பொழுது சந்தர்ப்பம் கிடைக்கும், பேசலாமென்று அலைந்தார்; நகரில் அங்கும் இங்கும் சென்று வந்தார்; எதற்கும் துணிந்த மிதவாதியென்று பல இடங்களில் பெயர் பெறலானார்; இதைப் பெரும் புகழுக்குரிய பெயராகக் கருதி மனம் மகிழ்ந்து கொண்டார். அன்று அந்திப் பொழுதில் மூன்று, நான்கு தரம் மதுக் கோப்பை நிரப்பப்பட்டு ஷம்பெய்ன் அருந்தியதும் அவர் அபார உற்சாகமடைந்துவிட்டார். ஸ்தெப்பான் நிக்கீஃபரவிச்சை எல்லா விவகாரங்களிலுமே கருத்தை மாற்றிக்கொள்ளும்படிச் செய்ய வேண்டுமென்ற அடங்காத ஆவல் இப்பொழுது அவரைப் பற்றிக் கொண்டு விட்டது. எப்பொழுதுமே அவர் ஸ்தெப்பான் நிக்கீஃபரவிச்சிடம் தனி மரியாதை செலுத்தி வந்தவர், அவருக்கு அடங்கிக் கீழ்படிந்துங்கூட இருந்து வந்தவர். நெடுநாட்களுக்குப் பிறகு

இப்பொழுதுதான் அவரை நேரில் சந்தித்துப் பேசுவதற்கு சந்தர்ப்பம் கிடைத்திருந்தது. என்ன காரணமோ தெரியவில்லை, அவர் ஸ்தெப்பான் நிக்கீஃபரவிச்சைப் பின்னோக்கிச் செல்பவராகக் கருதிக் காரசாரமாகத் தாக்கிப் பேசினார். தம்மைத் தற்காத்துக் கொள்வதற்காக ஸ்தெப்பான் நிக்கீஃபரவிச் சிறிதும் முயலவில்லை, விவாதப் பொருளில் கருத்துடையவராக இருந்த போதிலும் கேலிச் சிரிப்பு சிரித்தவாறு கேட்டுக் கொண்டிருந்தாரே ஒழிய பதில் ஏதும் சொல்லவில்லை. இவான் இலியீச் மேலும் மேலும் விறுவிறுப்படைந்து, பெரிய வாக்குவாதம் நடைபெறுவதாக நினைத்துக் கொண்டு, பேச்சு மும்முரத்தில் தனக்குரிய அளவுக்கும் கூடுதலாகவே மதுக்கோப்பையிலிருந்து பருக முற்பட்டார். பருகிவிட்டுக் கீழே வைத்ததும் ஸ்தெப்பான் நிக்கீஃபரவிச் புட்டியை எடுத்துத் தமது விருந்தினருடைய கோப்பையை மீண்டும் மீண்டும் நிரப்பிக் கொண்டிருந்தார். என்ன காரணத்தினாலோ இவான் இலியீச் திடுமென இது குறித்துத் தம்முள் குறைபட்டுக் கொண்டார். முக்கியமாக அவருடைய வெறுப்புக்குப் பாத்திரமாகிக் குரோதமும் துக்கிரிக் குணமும் கொண்டவராகக் கருதி அவர் அஞ்சி வந்த செமியோன் இவானவிச் ஷிப்புலேன்கோ சதிகாரரைப்போல் மௌனமாக அவர் பக்கத்தில் அமர்ந்து கொண்டு தேவைக்கும் கூடுதலாகவே அடிக்கடி புன்னகை புரிந்து வந்ததால் அவர் மேலும் கொதிப்படையலானார். “என்னுடைய வாதங்கள் சிறுபிள்ளைத்தனமாக இருப்பதாக நினைக்கிறார்கள் போலும்” என்று அவர் மனதில் ஓர் எண்ணம் பளிச்சிட்டுச் சென்றது.

“இல்லை, இனியும் காலம் நமக்காகக் காத்திருக்காது, நாம் விழித்தெழுந்தாக வேண்டும்” என்று பரபரப்புற்றவராய் இவான் இலியீச் மேலும் தொடர்ந்து பேசினார். “நாம் அளவுமீறி நெடுங்காலமாக இதைக் கவனியாது சும்மாயிருந்து விட்டோம். என் கருத்துப்படி மனித நேயம் நமது முதற் பெருந்தேவையாகும். நமக்குக் கீழ்ப்பட்டோருக்கு நாம் மனித நேயம் காட்ட வேண்டும், அவர்களும் மனிதர்களே என்பதை நினைவில் கொண்டிருக்க வேண்டும். மனித நேயம் யாவற்றையும் பாதுகாக்க வல்லது, யாவற்றையும் செய்ய வல்லது...”

“ஹி-ஹி-ஹி” என்று செமியோன் இவானவிச்சிடமிருந்து ஏளனச் சிரிப்பொலி எழுந்தது.

"எதற்காக இப்படி எங்கள் மீது கண்டனக் கணைகளை வீசுகிறீர்கள்? என்று நயமாகச் சிரித்தவாறு ஸ்தெப்பான் நிக்கீஃபரவிச் முடிவில் வாய் திறந்து ஆட்சேபம் தெரிவித்தார். "இவான் இலியீச், நீங்கள் என்ன சொல்ல முயலுகிறீர்கள் என்று இன்னமும் எனக்கு விளங்கவில்லை, என்னை மன்னிக்க வேண்டும். மனித நேயம் வேண்டும் என்கிறீர்கள். சக மனிதர்களை நேசிக்க வேண்டும் என்பது தானே இதன் பொருள்?"

"ஆம், சக மனிதர்களை நேசித்தல் என்பதாகவும் சொல்லலாம். நான் என்ன கூறுகிறேன் என்றால்..."

"இருங்கள். எனக்குத் தெரிந்தவரை இந்த விவகாரம் இத்துடன் நின்று விடக் கூடியது அல்ல. சக மனிதர்களை நேசிப்பது எப்பொழுதுமே போற்றத்தக்கதாகவே இருந்து வந்துள்ளது. ஆனால் சீர்திருத்தமானது இத்துடன் திருப்தியடைந்து விடக் கூடியதல்ல. விவசாயிகளைப் பற்றிய பிரச்சினைகள், நீதித் துறையிலும் பொருளாதாரத் துறையிலும் அற நெறித் துறையிலும் மற்றும்... மற்றும்... ஏனைய மிகப் பலவற்றிலுமான பிரச்சினைகள் எல்லாம் எழுந்துள்ளன. இவை யாவும் ஒன்று சேர்ந்து உடனடியாகவே எழும்போது இவை மிகப் பெரிய... பெரிய களேபரமாகிவிடலாம். நாங்கள் பயப்படுவதற்குக் காரணம் இதுதான், வெறும் மனித நேயம் மட்டும் அல்ல."

"ஆம், பிரச்சினை மிகவும் ஆழமானது" என்றார் செமியோன் இவானவிச்.

"அது எனக்குத் தெரிந்ததுதான். செமியோன் இவானவிச், உங்களுக்கு இதைக் கூற விரும்புகிறேன்: பிரச்சினையை ஆழமாகப் பரிசீலிப்பதில் உங்களுக்கு நான் எவ்வகையிலும் சளைத்தவனல்ல" என்று தேவைக்குச் சற்றுக் கூடுதலாகவே கடுமையாக ஒலித்த குரலில் இவான் இலியீச் குத்தலாகக் கூறினார். "ஸ்தெப்பான் நிக்கீஃபரவிச், நான் இதைச் சொல்வதற்கு மன்னியுங்கள், ஆனால் என் கருத்தை நீங்கள் புரிந்து கொள்ளத் தவறிவிட்டீர்கள்."

"ஆம், எனக்கு அது புரியவில்லை."

"ஆயினும் திரும்பவும் கூறுகிறேன், எல்லா சந்தர்ப்பங்களிலும் இக்கருத்தை ஓயாமல் வற்புறுத்துகிறேன்: மனித நேயம்தான்,

தமிழில்: ரா. கிருஷ்ணய்யா | 13

முக்கியமாக நமக்குக் கீழ்ப்பட்டவர்களுக்கு நாம் காட்டும் மனித நேயம்தான், அதிகாரியிலிருந்து குமாஸ்தா வரையில், குமாஸ்தாவிலிருந்து வீட்டு வேலைக்காரன் வரையில், வீட்டு வேலைக் காரனிலிருந்து பண்ணையாள் வரையில் இவர்கள் எல்லோருக்கும் நாம் காட்டும் மனித நேயம்தான், வரப் போகிற சீர்திருத்தங்களுக்கும் மொத்தத்தில் புத்தாக்கத்துக்கும் மலர்ச்சிக்கும் அடிப்படைக் கூறாக விளங்கும். காரணம் என்ன? இதுதான் காரணம்: நேரடியான ஓர் உதாரணத்தைக் கொண்டு விளக்குகிறேன், - கேளுங்கள் நான் மனித நேயமுடையவனாக இருக்கிறேன், ஆகவே நேசிக்கப்படுகிறேன். ஆகவே நம்பத்தக்கவனாகிறேன். ஆகவே நான் சொல்வது நம்பப்படுகிறது. அதாவது நான் கூறுவது என்னவென்றால், மக்கள் நம்புவார்களாயின் அவர்களுக்கு சீர்திருத்தத்தில் நம்பிக்கை ஏற்படும், விவகாரத்தின் சாரப்பொருளை அவர்கள் புரிந்து கொண்டவர்கள் ஆகிவிடுவார்கள், ஒருவரையொருவர் கட்டித் தழுவிக்கொள்வார்கள் - ஆன்மிக வழியில் கட்டித் தழுவிக்கொள்வார்கள் என்று சொல்கிறேன் - யாவற்றையும் சோதரர்களாய் அணுகித் தீர்க்கமான முடிவுக்கு வருவார்கள். செமியோன் இவானவிச், ஏன் சிரிக்கிறீர்கள்? இன்னுமா புரியவில்லை?

ஸ்தெப்பான் நிக்கீஃபரவிச் மௌனமாகப் புருவங்களை உயர்த்திக்கொண்டார், அவருக்கு ஆச்சரியமாயிருந்தது.

“நான் கொஞ்சம் அதிகமாகக் குடித்து விட்டேன் போலிருக்கிறது” என்று செமியோன் இவானவிச் குத்தலாகக் கூறிக்கொண்டார். “அதனால்தான் என்னால் சரியாகச் சிந்திக்க முடியவில்லை.”

இவான் இலியீச்சுக்குச் சுருக்கெனக் குத்திற்று.

“போதும் இது, தாங்க முடியாது” என்று ஏதோ ஆலோசித்துக்கொண்டிருந்த ஸ்தெப்பான் நிக்கீஃபரவிச் திடுமெனக் கூறினார்.

“ஏன் அப்படிச் சொல்கிறீர்கள்?” என்று எதிர்பாராத விதமாகத் திடீரென ஸ்தெப்பான் நிக்கீஃபரவிச் அப்படிக் கூறியதைக் கேட்டு வியப்புற்று விட்ட இவான் இலியீச் வினாவினார்.

"போதும் இது, தாங்க முடியாது, முடியவே முடியாது" என்றார் ஸ்தெப்பான் நிக்கீஃபரவிச். இது பற்றி மேலும் விளக்கமாகப் பேச அவர் விரும்ப வில்லை என்பது புலப்பட்டது.

"புதிய ஒயினும் பழைய புட்டியும் என்பார்களே அப்படி நினைத்தா சொல்லுகிறீர்கள்?" என்று கேலி தொனிக்கக் கேட்டார் இவான் இலியீச். "அதெல்லாம் இல்லை, பொறுப்புணர்ந்துதான் பேசுகிறேன்."

கடிகாரம் அப்பொழுது மணி அடித்தது, பதினொன்றரை ஆகிவிட்டது.

"நேரமாகிவிட்டது, புறப்பட வேண்டியதுதான்" என்று கூறி செமியோன் இவானவிச் நாற்காலியிலிருந்து எழப் போனார். அதற்குள் இவான் இலியீச் அவரை முந்திக்கொண்டு துள்ளியெழுந்து, கணப்படுப்பு மேடையிலிருந்து தமது சேபல் தொப்பியைக் கையில் எடுத்தார்; அவர் சற்று மனக்கசப்புற்றவராகவே தோன்றினார்.

"சரி, செமியோன் இவானவிச், ஆலோசித்துச் சொல்லுங்கள்" என்று ஸ்தெப்பான் நிக்கீஃபரவிச் தமது விருந்தினர்களை வழியனுப்புகையில் கூறினார்.

"குடி வருவதைப் பற்றித்தானே? ஆலோசித்துச் சொல்கிறேன்."

"ஒரு முடிவுக்கு வந்ததும் உடனே எனக்குத் தெரிவியுங்கள்."

"ஏதோ சொந்தக் காரியமென நினைக்கிறேன், அப்படித் தானே?" என்று கையிலிருந்த தொப்பியுடன் விளையாடியவாறு பணிவுடன் கேட்டார் திருவாளர் பிரலீன்ஸ்கி. தாம் உதாசீனம் செய்யப்பட்டுத் தனியே விடப்பட்டதாக அவர் நினைத்தார்.

ஸ்தெப்பான் நிக்கீஃபரவிச்சின் புருவங்கள் உயர்ந்தனவே அன்றி அவர் பதில் சொல்லவில்லை. தமது விருந்தினர்களை மேலும் நிறுத்தி வைக்க விரும்பாதவரைப் போல நடந்துகொண்டார். செமியோன் இவானவிச் அவசரமாக விடைபெற்றுக் கொண்டு புறப்பட்டார்.

"சரி, உங்கள் இஷ்டம்... நல்ல முறையில் பழகுவதற்கான முறைகள் கூட உங்களுக்குப் புரியவில்லை என்றால் என்ன செய்வது?" என்று தமக்குள் கூறியவாறு திருவாளர் பிரலீன்ஸ்கி

தமிழில்: ரா. கிருஷ்ணய்யா | 15

சற்று விரைப்பாகவே ஸ்தெப்பான் நிக்கீஃபரவிச்சுக்குக் கை கொடுத்துவிட்டுக் கிளம்பினார்.

வெளியே கூடத்துக்கு வந்ததும் இவான் இலியீச் மென்முடி உள்வரியிடப்பட்ட விலையுர்ந்த தமது மெல்லிய கோட்டை எடுத்து மாட்டிக்கொண்டு, செமியோன் இவானவிச்சின் பழைய ரக்கூன் கோட்டைக் கவனிக்காதது போல் பாவனை செய்து, தலையைத் திருப்பிக்கொள்ள முயன்றார். பிறகு இருவருமாக மாடிப்படிகளில் இறங்கினர்.

“கிழவருக்குக் கொஞ்சம் கோபம் போலத் தெரிகிறது” என்றார் இவான் இலியீச் வாய் பேசாமல் தம்முடன் வந்த செமியோன் இவானவிச்சிடம்.

“அதெல்லாம் இல்லை, நீங்கள் ஏன் அப்படி நினைக்கிறீர்கள்?” என்று அவர் அமைதியாகவும் வேண்டாவிருப்புடனும் பதிலளித்தார்.

“அடிவருடி” என்று தம்முள் கூறிக்கொண்டார் இவான் இலியீச்.

இருவரும் வாயில் முகப்புக்கு வந்து சேர்ந்தனர். செமியோன் இவானவிச் சிறிதும் கவர்ச்சியில்லாத சாம்பல் நிறக்குதிரை பூட்டிய தமது சறுக்கு வண்டியைக் கொண்டுவரும்படிக் கூறினார்.

“அட சனியனே! எங்கே போனான் இந்தத் திரீஃபன்? என்னுடைய கோச் வண்டியை எங்கே ஓட்டிச் சென்றான்?” என்று அங்கே எங்கும் தமது வண்டி தென்படாததைக் கண்ட இவான் இலியீச் கூச்சலிட்டார்.

அவர் சுற்றும் முற்றும் பார்த்தார், ஆனால் அவருடைய வண்டியை எங்கும் காண முடியவில்லை. ஸ்தெப்பான் நிக்கீஃபரவிச்சின் வேலைக்காரனுக்கு அதைப் பற்றி ஒன்றும் தெரியவில்லை. பிறகு அவர்கள் செமியோன் இவானவிச்சின் வண்டிக்காரனான வர்லாமை விசாரித்தனர். இவான் இலியீச்சின் வண்டி இவ்வளவு நேரம் இங்குதான் இருந்தது, இப்பொழுது இல்லை என்று வர்லாம் கூறினான்.

“அருவருப்பான விவகாரமாக அல்லவா இருக்கிறது” என்று கூறி, “என்னுடைய வண்டியில் கொண்டு போய் விடுகிறேன், வருகிறீர்களா?” என்று கேட்டார் செமியோன் இவானவிச்.

"போக்கிரிப் பசங்கள்" என்று ஆத்திரத்தோடு கத்தினார் இவான் இலியீச். "திருட்டுப் பயல், பீட்டர்ஸ்பர்க்புறத்தில் திருமணத்துக்குப் போக வேண்டும் என்று உத்தரவு கேட்டான். நாசமாய்ப் போக, அவனுக்கு வேண்டியவள் ஒருத்திக்குத் திருமணமாம். நான் போகக் கூடாதெனக் கண்டிப்பாகச் சொல்லியிருந்தேன். பயல் இப்பொழுது அங்கேதான் போயிருக்கிறான், பந்தயம் கட்டுகிறேன்."

"ஆம், அங்குதான் போயிருக்கிறான்" என்றான் வர்லாம். "ஒரு நிமிடத்தில் வந்துவிடுவதாகச் சொன்னான், நீங்கள் வெளியே வருவதற்குள் வந்துவிடுகிறேன்" என்றான்.

"பார்த்தீர்களா? எனக்குத் தெரியும். வரட்டும், சரியானபடி கொடுக்கிறேன்."

"போலிஸ் ஸ்டேஷனுக்கு அனுப்பி வைத்துக் கசையடி கொடுக்கச் சொல்லுங்கள். அப்பொழுதுதான் சொன்னபடி கேட்டுக்கொண்டிருப்பான்" என்று கூறி செமியோன் இவானவிச் வண்டியின் கம்பளத்தை இழுத்துச் சரி செய்தார்.

"செமியோன் இவானவிச், உங்களுக்குச் சிரமம் வேண்டாம், நீங்கள் போய் வாருங்கள்."

"எனக்கு ஒன்றும் சிரமம் இல்லை, நீங்களும் வரலாம். பிறகு உங்கள் இஷ்டம்."

"வணக்கம், நீங்கள் புறப்படுங்கள், நன்றி."

செமியோன் இவானவிச்சின் வண்டி புறப்பட்டுச் சென்றது. இவான் இலியீச் மரத் தளமிடப்பட்ட நடை பாதையில் நடந்தார், அவருக்கு ஆத்திரம் பொங்கிற்று.

"உன்னை என்ன செய்கிறேன் பார், திருட்டு ராஸ்கல். வேண்டுமென்றே நடந்தே போய்ச் சேர்கிறேன் பார். அப்பொழுதுதான் உன் மனதில் நன்றாய் உறைக்கும், நீ பதறிப் போவாய்! போக்கிரிப் பயல், திரும்பி வந்ததும் எசமானர் நடந்தே போய்விட்டார் என்பதைத் தெரிந்து கொள்வான்."

இவான் இலியீச் இதன் முன் இப்படிக் கோபித்துக் கொண்டது கிடையாது, மெய்யாகவே அவருக்கு ஆத்திரம் பொறுக்க முடியவில்லை. அதோடுகூட அவருக்குத் தலைவேறு சுற்றியது. அவர் குடிப்பவர் அல்ல, ஐந்தாறு கோப்பை குடித்ததுமே பாதிக்கப்பட்டு விட்டார். ஆனால் அன்று இரவு

தமிழில்: ரா. கிருஷ்ணய்யா | 17

இனிமையாக இருந்தது. உறைந்து போய் என்றுமில்லாதபடி அமைதியாகவும் காற்று வீசாமலும் இருந்தது. நிர்மலமான வானத்தில் விண்மீன்கள் பிரகாசித்தன. முழு நிலாவின் ஒளியில் தரை முழுதும் வெள்ளி போன்ற ஒரு தகதகப்பு இதமாகச் சுடர்விட்டு ஒளிர்ந்தது. வெளியே நடப்பதற்கு அவ்வளவு இனிமையாக இருந்தது. ஐம்பது தப்படி நடந்ததும் இவான் இலியீச் தமக்கு நேர்ந்த அசம்பாவிதத்தை அனேகமாக மறந்துவிட்டார். விவரிக்க இயலாத இன்ப உணர்ச்சியால் அவர் ஆட்கொள்ளப்பட்டுவிட்டார். குடிபோதையில் இருப்போரின் மனநிலை மாறிய வண்ணமுள்ளது. ஆள் அரவமின்றி வெறிச்சோடிய தெருவின் இரு மருங்கிலும் இருந்த அவலட்சணமான சிறிய மர வீடுகளுங்கூட அவருக்குக் கவர்ச்சி கரமாய்த் தோன்றின.

“நடந்து செல்வதென்று நான் புறப்பட்டு வந்ததும் நல்லது தான்” என்று தனக்குத்தானே கூறிக்கொண்டார். “திரீஃபனுக்கு இது ஒரு நல்ல பாடமாக இருக்கும், எனக்கும் இன்பமாக இருக்கிறது. நான் அதிகமாக நடக்க வேண்டும். ஆம், பல்ஷோய் பிரஸ்பேக்தில் ஜட்கா வண்டி கிடைக்கும். எவ்வளவு இன்பகரமான இரவு. சின்னஞ்சிறு வீடுகளாக அல்லவா இருக்கின்றன யாவும். சின்ன மனிதர்கள் வசிக்கும் இடமாயிருக்கும், குமாஸ்தாக்கள், கடைக்காரர்களும் இருக்கலாம். இந்த ஸ்தெப்பான் நிக்கீஃபரவிச் இருக்கிறாரே. இவரை என்னென்பது. எப்படிப்பட்ட பிற்போக்கர்களாய் இருக்கிறார்கள், பத்தாம் பசலிகள். பத்தாம் பசலிகள் - சரியான பெயர் அது. இருந்தாலும் ஆள் கூரறிவு படைத்தவர், விஷயங்களைப் புரிந்து கொள்ளும் நடைமுறை ஞானமுள்ளவர். ஆனால் எல்லாம் கிழடுகள், படு கிழடுகள்! இவர்களிடம் இல்லை, அதன் பெயரென்ன - என்னமோ சொல்வார்களே, அது இல்லவே இல்லை. ‘அவ்வளவுதான், அதற்குமேல் தாங்காது’ என்றாரே - என்ன நினைத்து அப்படிச் சொன்னார்? சற்று நேரம் ஆலோசித்துவிட்டல்லவா அதைச் சொன்னார். நான் கூறியதை அவர் சரிவரப் புரிந்துகொள்ளவில்லை. இதை எப்படிப் புரிந்து கொள்ளத் தவற முடியும்? புரிந்துகொள்வதைக் காட்டிலும் புரிந்து கொள்ளாமல் இருப்பது கடினமாயிற்றே. பிரதானமானது என்னவெனில் எனக்கு இதில் துளிக்கூட சந்தேகமில்லை, ஆழ்ந்த நம்பிக்கை கொண்டுள்ளேன். மனிதநேயம். சக மனிதர்கள் பால் அன்பு செலுத்தல்.

நான் மனிதன் என்னும் உணர்ச்சியை ஒவ்வொருவரிடமும் உண்டாகச் செய்வோம். ஒவ்வொருவரிடத்தும் தன்மானத்தை உயிர் பெற்றெழச் செய்வோம், பிறகு, பக்குவ நிலையில் தயாராயிருப்பதை வைத்துக்கொண்டு புதிதாக வேலை தொடங்குவோம். தெளிவாகத் தெரிவதுதானே இது? ஆம், சந்தேகம் என்ன? ஓர் உதாரணம் கூறுகிறேன், மேதகையீர், அருள் கூர்ந்து தாங்கள் அனுமதிக்க வேண்டும். ஒரு குமாஸ்தாவை, ஒடுக்கப்பட்ட ஏழையாகிய குமாஸ்தாவைச் சந்திக்கிறோம் என்று வைத்துக்கொள்வோம். "நல்லது... யார் அப்பா" "நீ? என் பெயர் இது, குமாஸ்தா நான், இந்தப் பிரிவில் இருக்கிறேன்" என்பதாக பதில் கிடைக்கிறது. "வேலை செய்கிறாயா?" - "செய்கிறேன்." "ஆனந்தமாக வாழ விரும்புகிறாயா?" "விரும்புகிறேன்." "ஆனந்தமாக வாழ்வதற்கு உனக்கு வேண்டியது என்ன?" "அது வேண்டும். இது வேண்டும்." "ஏன்?" ஏனென்றால் வாய் திறந்து நான் ஐந்தாறு வார்த்தைகள் சொன்னால் போதும், அந்த ஆள் உடனே என்னைப் புரிந்து கொள்கிறான், வலையில் அவன் மாட்டிக் கொள்கிறான் என்றே சொல்ல வேண்டும், பிறகு நான் விரும்புகிறபடி அவனை எது வேண்டுமானாலும் செய்யலாம், அவனுடைய நன்மைக்காக அவனை எது வேண்டுமானாலும் செய்யலாம் என்று சொல்கிறேன். அந்த செமியோன் இவானவிச் இருக்கிறாரே, படு மோசமான ஆள். மூஞ்சியும் அவரும் அருவருப்புதான் ஏற்படுகிறது. "கசையடி கொடுக்கச் சொல்லுங்கள்" என்றாரே. என்னைக் கலாட்டா செய்ய வேண்டும் என்றுதானே அப்படிச் சொன்னார். "வேண்டாம் அதெல்லாம் - நீங்கள் வேண்டுமானால் கசையடி கொடுக்கச் சொல்லுங்கள், நான் ஒன்றும் அப்படிச் செய்ய மாட்டேன். சொற்களைக்கொண்டு, கண்டனக் கணைகளைக்கொண்டு நான் திரீஃபனை வெட்கப்படச் செய்வேன்; ஆம், அவனைத் தலை குனியச் செய்வேன்; தவறிழைத்ததை அவன் உணரவே போகிறான், நீங்கள் அதைப் பார்ப்பீர்கள். தண்டத்தைப் பிரயோகிப்பதைப் பொறுத்தவரை, இது இன்னும் தீர்வு காணப் பெறாத ஒரு பிரச்சினையாகும், ஆம், திருவாட்டி எமரான்சைப் பார்க்கச் சென்றால் என்ன? சனியன் - இந்த மரத்தள நடைபாதை நாசமாய்ப் போக" என்று அவர் திடுமெனக் கால் தவறியதும் கடிந்து கொண்டார். தலைநகரில் போய் இப்படியா இருக்க வேண்டும். அறிவு மலர்ச்சியாம். காலை முறித்துக் கொண்டல்லவா இருப்பேன்?

‘உம்... இந்த செமியோன் இவானவிச்சை நினைத்தாலே வெறுப்பாக இருக்கிறது - அவர் மூஞ்சியும் அவரும். ஆன்மீக வழியில் கட்டித் தழுவிக் கொள்வார்கள்’ என்று நான் சொன்னதும் அப்படி ஏளனமாகச் சிரித்தாரே. ஆம், கட்டித் தழுவிக்கொள்வார்கள்தான், உங்களுக்கு என்னவாம்? உங்களை நான் கட்டித் தழுவிக்கொள்ளப் போவதில்லையே - பண்ணயாளிடம் சென்றாலும் செல்வேன், உங்கள் அருகே வர விரும்ப மாட்டேனே. இந்தப் பண்ணையாளை நான் சந்திக்க நேர்ந்தால் நின்று அவனுடன் சற்றுநேரம் பேசுவேன். மெய்தான், எனக்குக் கொஞ்சம் குடி போதைதான், தெளிவாகப் பேச நான் தவறியிருக்கலாம். இப்பொழுதுங்கூட அவ்வளவு தெளிவாகப் பேசுகிறேனா என்பது தெரியவில்லை. ஊம், இனி நான் குடிக்கவே மாட்டேன். மாலையில் மிதமிஞ்சிப் பேசிவிட்டுப் பொழுது விடிந்ததும் ஏன் அவ்வளவு பேசினோம் என்று வருந்தும்படி வைத்துக்கொள்ளக் கூடாது. ஆனால் என்னால் நேராய் நடக்க முடிகிறதே... போக்கிரிகள், பொல்லாத போக்கிரிகள்.”

தொடர்ந்து நடந்தவாறு இவான் இலியீச் தொடர்பின்றி தன்னுள் வாதாடினார். தூய காற்று ஓரளவு அவரை நிதானமடையச் செய்தது. இன்னும் ஐந்து நிமிடங்கள் நடந்திருந்தால் அவர் அமைதி யடைந்திருப்பார், தூங்க வேண்டுமென விரும்பியிருப்பார். ஆனால் பல்ஷோய் சாலையை நெருங்கி வந்ததும் திடுமென இசையின் நாதம் ஒலிக்கக் கேட்டார். சுற்றிலும் பார்த்தார். தெருவின் எதிர்ச்சாரியில் ஓரடுக்கே கொண்டதாயினும் மிகவும் நீளமான மிகப் பழைய மர வீடு ஒன்றிலிருந்து கும்மாளமான ஒலிகள் எழுந்தன. பிடில்கள் கீச்சிட்டன, குவாட்ரில் நடனக் குதூகல இசை ஒரு குழலிலிருந்து உச்ச ஸ்தாயியில் கிளர்ந்தெழுந்தது. சன்னல்களுக்கு வெளிப்புறத்தில் சிறு கூட்டம் கூடியிருந்தது. கூட்டத்தினரில் பெரும்பாலோரும் பெண்கள், தலையில் குட்டைகள் கட்டிக்கொண்டு பஞ்சடைத்த கோட்டுகள் போட்டிருந்த இந்தப் பெண்கள் சன்னல் அடைப்புகளின் இடுக்குகள் வழியே தெரிந்ததைப் பார்ப்பதற்காக முண்டியடித்துக்கொண்டு முயற்சி செய்தனர்.

கும்மாளமான கொண்டாட்டம் என்பது நன்றாகத் தெரிந்தது. நடனமாடியோரின் பாதங்கள் தட்டியெழுப்பிய சப்தத்தைத் தெருவின் எதிர்ச் சாரியிலிருந்து கேட்க முடிந்தது.

அருகில் ஒரு போலிஸ்காரன் நிற்பதைக் கண்ணுற்ற இவான் இலியீச் அவனிடம் சென்றார்.

“யார் வீடு அப்பா, இது?” என்று கேட்டு, தமது மார்பிலிருந்த உயர் பதக்கம் அந்தப் போலிஸ்காரனுக்கு தெரியும்படி விலை உயர்ந்த தமது மேல் கோட்டைச் சிறிதளவு திறந்து காட்டினார்.

“பதிவாளர் பிசெல்தனீமவின் வீடு” என்று அந்தப் போலிஸ்காரன் நேரே நிமிர்ந்து நின்று பணிவுடன் பதிலளித்தான். உயர் சிறப்புக்குரிய அந்தப் பதக்கத்தை அவன் கவனித்துவிட்டான்.

“பிசெல்தனீமவா? ஓகோ! பிசெல்தனீமவ். என்ன நடைபெறுகிறது? பிசெல்தனீமவின் திருமணமா?”

“ஆமாம், மேதகையீர். பட்ட ஆலோசகரின் மகளை மணந்து கொள்கிறார். பட்ட ஆலோசகர் மிலெக்கப்பித்தாயெவ் முன்பு நகராட்சி மன்றத்தில் பணியாற்றி வந்தவர். மணமகளுடன்கூட இவ்வீடும் அளிக்கப்படுகிறது.”

“அப்படியா? இனி இவ்வீடு பிசெல்தனீமவுக்குரியது, மிலெக்கப்பித்தாயெவினுடையதல்ல என்று சொல்.”

“ஆம், மேதகையீர், அப்படித்தான். மிலெக்கப் பித்தாயெவுடையதாய் இருந்தது, இப்பொழுது பிசெல்தனீமவுக்கு உரியதாகிவிட்டது.”

“அப்படிச் சொல். ஏன் கேட்கிறேன் என்றால் நான் அவருடைய தலைமை அதிகாரி. பிசெல்தனீமவ் வேலை செய்யும் அலுவலகத்தில் நான் ஜெனரல் பதவி வகிக்கிறேன்.”

“தங்களுக்கு என் வணக்கம், மேதகையீர்” என்று மேலும் நேராக அந்தப் போலிஸ்காரன் நிமிர்ந்து நின்றான். ஆனால் இவான் இலியீச் சிந்தனையில் ஆழ்ந்தவராகத் தோன்றினார். எதையோ ஆலோசித்தவாறு அங்கே நின்றுகொண்டிருந்தார்.

ஆம், பிசெல்தனீமவ் அவருடைய இலாகாவில், அவருடைய அலுவலகத்தில்தான் வேலை செய்து வந்தான். இப்பொழுது அவருக்கு நினைவு வந்தது. மாதம் சுமார் பத்து ரூபிள் சம்பளம் பெறுகின்ற கீழ்நிலை அலுவலர் அவன். திருவாளர் பிரலீன்ஸ்கி மிக அண்மையில்தான் இந்த அலுவலகத்தின் அதிபராகப் பொறுப்பு ஏற்றவர், ஆகவே தமது சிப்பந்திகள் யாவரையும் நன்கு அறிந்தவராய் இருப்பது கடினம். எனினும்

பிசெல்தனீமவை அவர் நன்றாய் நினைவில் வைத்திருந்தார், அந்த ஆளின் பெயர்தான் அதற்குக் காரணம். முதல் தரம் அந்தப் பெயர் எதிர்பட்டதுமே அது அவர் கவனத்தைக் கவர்ந்திருந்தது. சற்று கவனமாகவே அத்தகைய நூதனப் பெயருக்கு உரியவரைப் பார்த்து வைத்திருந்தார். இப்பொழுது அந்த ஆளின் உருவம் அவர் மனக்கண்முன் தோன்றியது: மிக இளம் வயது, நீண்டு வளைந்த கிளிமூக்கு, முடிச்சு முடிச்சாயிருந்த வெண்சணல் முடிகள், மிகவும் மெலிந்து வற்றலாயிருந்த உடல், அலங்கோலமான உடுப்பு, தாறுமாறான கால்சட்டை ஆகிய யாவும் அவர் நினைவுக்கு வந்தன. படுகேவலமான நிலையிலிருந்த இந்த ஆள் விழா நாளின் போது ஏதாவது வாங்கிக்கொள்ளும் பொருட்டு பத்து ரூபிள் நோட்டு ஒன்றை வழங்கலாமா என்பதாக ஓர் எண்ணம் அவருடைய மனத்தில் பளிச்சிட்டுச் சென்றது கூட அவர் நினைவுக்கு வந்தது. ஆனால் பரிதாபகரமான அந்த ஆளின் முகம் அப்படிச் சோபையற்று, அருவருப்பைத் தவிர வேறு எந்த உணர்ச்சியையும் உண்டாக்காத அவந்தரையான பாவமுடையதாக இருந்ததால் அவருடைய தயாள எண்ணம் எப்படியோ கரைந்து காற்றோடு காற்றாகிவிட்டது, பிசெல்தனீமவ் சன்மானம் பெறாமலே இருந்து விட்டான். ஆகவே இதே பிசெல்தனீமவ் திருமணம் செய்து கொள்ளப் போவதாகக் கூறி அவரிடம் அனுமதி[3] கேட்க வந்ததும் அவருடைய வியப்பு மேலும் அதிகரிக்கலாயிற்று. இந்த விவகாரத்தைச் சரியாகப் பரிசீலிப்பதற்குத் தமக்கு அவகாசம் இல்லாமற் போனது பற்றியும், திருமணப் பிரச்சினை அவசரமாக மேலெழுந்தவாரியாக முடிவு செய்யப்பட்டது பற்றியும் அவர் நினைத்துக்கொண்டார். பிசெல்தனீமவுக்கு மணமகளுடன் ஒரு மரவீடும் நானூறு ரூபிள் ரொக்கமும் கிடைக்குமென்பது தெளிவாக அவர் நினைவுக்கு வந்தது. அப்பொழுது இந்தத் தகவல் வியப்புக்குரிய ஒன்றாக அவர் மனதில் பதிந்துவிட்டது. மிலெக்கப்பித்தாயெவ், பிசெல்தனீமவ் - இவ்விரு வினோதப் பெயர்களும் ஒன்று சேரும் வேடிக்கை குறித்து தமாஷாய்த் தாம் ஏதோ கூறியதுகூட அவருக்கு ஞாபகம் வந்தது. இவையாவும் பளிச்சென அவர் நினைவில் தெரிந்தன.

---

3. ஜார் கால ருஷ்யாவில் அரசாங்க அலுவலர் திருமணம் செய்து கொள்ளுமுன் மேல் அதிகாரியிடம் அனுமதி பெற வேண்டியிருந்தது (ப-ர்.)

இந்த நினைவுகள் எழ எழ அவர் மேலும் மேலும் சிந்தனையில் மூழ்கிவிட்டார். நீண்ட வாக்குவாதங்கள் சில சமயம் நம் மனத்துள்

இலக்கிய மொழியில் வேண்டாம். சாதாரணப் பேச்சு மொழியிலுங்கூட பெயர்க்கப்படாமலே உணர்ச்சிகளின் வடிவில் பளிச்சிட்டு விட்டு ஓடுவதுண்டென்பது தெரிந்ததே. நமது கதைத் தலைவரின் மனத்துள் ஓடிய இந்த உணர்ச்சிகளை மொழி வடிவில் பெயர்த்து இவற்றின் சாரப்பொருளையாவது, இவற்றில் மிகவும் முக்கிய மாகவும் புரியக்கூடியவையாகவும் இருந்தவற்றையாவது வாசகருக்குத் தெரிவிக்க முயலுகின்றோம். ஏனெனில் நமது உணர்ச்சிகளில் பலவும் சாதாரண மொழியில் பெயர்க்கப்பட்டதும் சிறிதும் நம்ப முடியாதனவாகத் தோன்றுகின்றன. எனவே தான், எல்லோரும் அனுபவித்துள்ள உணர்ச்சிகளே ஆயினும் இவை வெளிச்சத்துக்கு வராமலே உள்ளடங்கிவிடுகின்றன. இவான் இலியீச்சின் உணர்ச்சிகளும் எண்ணங்களும் ஒன்றுக்கொன்று அதிகம் தொடர்பின்றி இருந்தன. ஆனால் இதற்குரிய காரணம் நமக்குத் தெரிந்ததுதான்.

"ஏன் தான் இப்படியோ" அவர் மனத்துள் ஓர் எண்ணம் பளிச்சிட்டது. "பேசுகிறோம், பேசிக் கொண்டே இருக்கிறோம் - அவ்வளவுதான். செயல் புரிய வேண்டி வந்ததும் மூஞ்சியைத் திருப்பிக் கொள்கிறோம். இந்த பிசெல்தனீமவையே உதாரணமாக எடுத்துக்கொள்ளலாம். மணம் முடித்துக்கொண்டு இப்பொழுதுதான் திரும்பியுள்ளான்; பரபரப்பு அடைந்தவனாக, நன்னம்பிக்கை கொண்டவனாக, தாம்பத்திய வாழ்க்கையின் சுகத்தை அனுபவிக்க வேண்டுமென்ற துடிப்புடையவனாகத் திரும்பியுள்ளான். அவனுடைய வாழ்வில் இது மிகவும் இன்பகரமான நாட்களில் ஒன்று. இப்பொழுது அவன் தனது விருந்தினர்களை அழைத்து உபசரிக்கின்றான், விருந்து அளிக்கின்றான் - எளிமையானதாக, ஏழ்மையானதாக இருப்பினும் உவகை தரும் குதூகலமான உளமார்ந்த விருந்து. இந்தக் கணத்தில் நான் - அவனது தலைமை அதிகாரியான, அலுவலக அதிபரான நான் - அவனுடைய வீட்டுக்கு வெளியே நின்று அவனுடைய விருந்து இசையைக் கேட்கிறேன் என்பது அவனுக்குத் தெரிய வருமானால் எப்படியிருக்கும். இந்த நிலைமையில் அவன் என்ன செய்வான்? நேரே நான் உள்ளே நுழைந்து எதிரே போய் நின்றால் என்ன செய்வான்? முதலில் திடுக்குற்றுப் போய்க் குழப்பமடைந்து விடுவான்தான்.

ஒருவேளை நான் போவது அவர்களுடைய கொண்டாட்டத்தில் குறுக்கிடுவதாய், குளறுபடி செய்வதாய் ஆகிவிடுமோ? ஆம், வேறு எந்த ஜெனரல் போனாலும் அப்படித்தான் ஆகும், ஆனால் நான் போனால்...

அது தான் இங்குள்ள விஷயம்... வேறு யாராயிருந்தாலும் நேரக் கூடியது நான் செல்லும்போது மட்டும் நேரவே நேராது."

"ஆம், ஸ்தெப்பான் நிக்கீஃபரவிச், நான் சொன்னதை நீங்கள் புரிந்து கொள்ளவில்லை, இதோ பாருங்கள் - உங்களுக்குக் கண்கூடான ஓர் எடுத்துக்காட்டு."

"ஆம். மனிதநேயத்தைப் பற்றி வாய் கிழியப் பேசுகிறோம், ஆனால் வீரச் செயல் புரியத் திறனற்றோராக இருக்கிறோம். மெய்யான காரியமாற்ற இயலாதோராக இருக்கிறோம்."

'வீரச் செயல்' என்று எதைச் சொல்கிறேன்? இதைத் தான்: சமுதாய உறுப்பினர்கள் எல்லோரிடையிலும் தற்போது இருந்து வரும் உறவுகளின்படி, நான் அங்கே போவது, கீழ்த்தரச்சிப்பந்தி ஒருவருடைய, மாதம் பத்து ரூபிள் பெறும் ஒரு பதிவாளருடைய திருமணத்திற்கு நள்ளிரவுக்குப் பிற்பாடு போவது பைத்தியக்காரச் செயலாகவே, கருத்துக் குளறுபடியாகவே, பாம்பீயின்[4] முடிவு நாளாகவே, பெருங்குழப்பமாகவே கருதப்படும். யாராலும் அதைப் புரிந்து கொள்ள முடியாது. ஸ்தெப்பான் நிக்கீஃபரவிச் தமது இறுதி மூச்சு உள்ளவரை முயலுவதாயினுங்கூட அதைப் புரிந்து கொள்ள மாட்டார். அவ்வளவுதான், அதற்கு மேல் தாங்காது என்று அல்லவா கூறினார் அவர். ஆம், அப்படிப் பட்டவர்கள் நீங்கள் எல்லோரும் - பத்தாம் பசலிகள், முடக்குவாதம் கண்டவர்கள், பிற்போக்கர்கள். ஏன் தாங்காது? நான் தாங்கிக் காட்டுகிறேன். பாம்பீயின் முடிவு நாளை எனது அலுவலகச் சிப்பந்தியின் இன்பகரமான நாளாக மாறச் செய்கிறேன்; பைத்தியக்காரச் செயலாகத் தோன்றுவதை முறையானதாக, தந்தை தனயர் உறவு வழிப்பட்டதாக, உயர் சிறப்புக்குரியதாக, நன்னெறியை வளர்ப்பதாக மாறச் செய்கிறேன். எப்படி இப்படி. அருள் கூர்ந்து கேளுங்கள் இதை.

---

4. பாம்பீய் - பழங்காலத்திய ரோமானிய நகரம். வெசூவியஸ் எரிமலை வெடித்து நெருப்பைக் கக்கிய காரணத்தால் கி.பி.79இல் இந்நகரம் அழிந்தது. இங்கே பேராபத்து என்ற பொருளில் கையாளப்பட்டிருக்கிறது. ப-ர்.

"சரி நான் உள்ளே போவதாக வைத்துக் கொள்வோம். அவர்கள் திகைப்புற்றுவிடுகிறார்கள், நடனம் நின்றுவிடுகிறது, வைத்த கண் வாங்காமல் என்னைப் பார்க்கின்றனர், ஓரடி பின்னால் செல்கின்றனர். ஆனால் உடனே நான் எப்படிப் பட்டவன் என்பதை அவர்களுக்குத் தெரியும்படிச் செய்கிறேன். கருணை மிகுந்த புன்னகை புரிந்தவாறு நேரே நான், அங்கே பீதியுற்று நிற்கும் பிசெல்தனீமவிடம் சென்று ஆடம்பரம் எதுவுமின்றி சர்வ சாதாரணமான முறையில் பேசுகிறேன்: 'என்ன ஆயிற்று' என்றால், மேதகையீர் ஸ்தெப்பான் நிக்கீஃபரவிச்சின் வீட்டுக்குச் சென்றிருந்தேன். இங்கே தான் அருகில் இருக்கிறது அவர் வீடு, உனக்குத் தெரிந்திருக்கும்... பிறகு திரீஃபன் மட்டம் போட்டுவிட்டு மறைந்தது பற்றி வேடிக்கையும் சிரிப்புமாக எடுத்துரைப்பேன். திரீஃபனைப் பற்றிக் கூறியபின் நான் நடந்து வந்ததை விவரிப்பேன். இங்கே இசையின் முழக்கம் ஒலிக்கக் கேட்டதும் போலிஸ்காரனை விசாரித்தேன், உன்னுடைய திருமணம் என்பது தெரிய வந்தது. என்னுடைய அலுவலகச் சிப்பந்தியின் வீட்டுக்குப் போய்ப் பார்ப்போம். என்னுடைய குமாஸ்தாக்கள் ஆடிப் பாடி மகிழ்வதையும், மணம் புரிந்து கொள்வதையும் கண்டு செல்வோம் என்று நினைத்தேன். வரக்கூடாது என்று சொல்லி என்னை விரட்ட மாட்டாய் அல்லவா? என்னை விரட்டுவதாவது! எனக்குக் கீழ்ப்பட்ட சிப்பந்தி ஒருவன் செய்ய நினைப்பானா இப்படி? என்னை வரக்கூடாதென விரட்டுவதா - அது நடக்கக் கூடியது அல்லவே! நான் என்ன நினைக்கிறேன் என்றால், பிசெல்தனீமவ் பித்துப் பிடித்தவன் மாதிரி ஆகிவிடுவான், என்னை ஒரு சாய்வுநாற்காலியில் உட்கார வைக்க வேண்டுமென்று பறந்தோடுவான், முதலில் எதுவும் புரியாதவனாக அப்படிப் பரவசமுற்றுத் திகைத்துப் போய்விடுவான்.

"இது போன்ற ஒரு செயலைக் காட்டிலும் உன்னதமானது எதுவும் இருக்க முடியுமா? எதற்காக நான் அங்கு போனேன்? அது முற்றிலும் வேறொரு பிரச்சினை. அதாவது இந்த விவகாரத்தின் நன்னெறி விளக்கமாக அதைச் சொல்லலாம். அதில்தான் இதன் எழில் அனைத்தும் அடங்கியுள்ளது."

"ஊம். என்ன சிந்தித்துக் கொண்டிருந்தேன்? ஆம், அதுதான்."

"ஆமாம்... என்னை அழைத்துச் சென்று விருந்தினர்களில் மிகவும் முக்கியஸ்தர்களாக இருப்போரின் பக்கத்தில்

உட்கார வைப்பார்கள். யாராவது பட்ட ஆலோசகராக இருக்கும், அல்லது உறவினராகிய ஓய்வு பெற்ற காப்டனாக இருக்கும், சிவந்த மூக்குடையவராக இருப்பார் கோகல்[5] இந்த ரகங்களை அற்புதமாய்ச் சித்தரித்துள்ளார். ஆம், மணமகளுக்கு என்னை அறிமுகம் செய்து வைப்பார்கள், அவள் மகிழும் வண்ணம் பாராட்டிப் பேசுவேன். பிறகு விருந்தினர்களை உற்சாகப்படுத்துவேன்; கூச்சப்பட வேண்டாம், களிப்புற்று மகிழவேண்டும்; நடனமாடுங்கள் என்று வேண்டிக்கொள்வேன் வேடிக்கையாகப் பேசுவேன், சிரிப்பேன் - சுருங்கச் சொன்னால் ஆர்வமும் இனிமையும் மிக்கவனாக நடந்து கொள்வேன். என்னைப் பற்றி நான் திருப்திப்பட்டுக் கொள்கையில் எப்பொழுதுமே நான் ஆர்வமும் இனிமையும் மிக்கவனாகவே இருக்கிறேன். உம், ஆனால் இப்பொழுது கொஞ்சம் நான் கிறங்கிய நிலையில்தான் இருக்கிறேன். ஆனால் நிதானம் தவறும் நிலையில்லை. கொஞ்சம் விறுவிறுப்பாக இருக்கிறது அவ்வளவுதான்."

"இயல்பாகவே, நான் அவர்களை எனக்குச் சமமானவர்களாகக் கருதி வித்தியாசமின்றி நடந்து கொள்வேன், தனி மரியாதைக்குரிய முறைகள் அனுசரிக்கப்பட வேண்டுமென்று எதிர்பார்க்க மாட்டேன். ஆனால் நன்னெறி. நன்னெறியைப் பொறுத்தவரையில் அது வேறு விவகாரம்.

அவர்கள் புரிந்து கொள்வார்கள், போற்றுவார்கள்... என் செயல் அவர்களிடம் இருக்கும் பெருந்தன்மையை வெளிவரச் செய்யும்... அங்கே சுமார் அரை மணி இருப்பேன்... அதிகம் போனால் ஒரு மணி நேரம். விருந்துக்கு முன்பு எப்படியும் புறப்பட்டுவிடுவேன். அவர்கள் ஓடியாடி வேலை செய்வார்கள், என்னைக் கேட்டுக் கொள்வார்கள், தண்டனிட்டு வேண்டுவார்கள், ஆனால் நான் ஒரு கோப்பைக்கு மேல் மதுபானம் அருந்த மாட்டேன், அவர்களுக்கு வாழ்த்துரைத்து விட்டு விருந்துக்கு முன்பு புறப்பட்டு விடுவேன். 'அலுவல் இருக்கிறது' என்பேன். 'அலுவல்' என்று நான் சொன்னதும் உடனே அவர்கள் எல்லோருடைய முகத்திலும் பணிவுக்கும் அடக்கத்துக்குமுரிய பாவனை படிந்து விடும். அவர்களுக்கும் எனக்கும் இடையே பெரிய வேறுபாடு இருக்கிறது என்பதை

---

5. நிக்கலாய் வசீலியெவிச் கோகல் (1809-1852) மாபெரும் ருஷ்ய எழுத்தாளர் (ப-ர்)

இவ்விதம் நான் நயமாக உணர்த்துவேன் - மலைக்கும் மடுவுக்குமுள்ள வேறுபாடு இருக்கிறது. இதை நான் வெளிப்படக் காட்டிக்கொள்ள விரும்பவில்லை என்றாலும், அவர்களாகவே இதை உணர்ந்து கொள்வார்கள். இந்த வேறுபாடு அவசியம், யார் என்ன சொன்ன போதிலும் நன்னெறியின் கண்ணோட்டத்திலும் மிகவும் அவசியம். நான் புன்னகை புரிவேன், ஏன் சிரிக்கவுங்கூட செய்வேன், பிறகு எல்லோருக்கும் ஊக்கமும் உற்சாகமும் திரும்பிவிடும். மீண்டும் நான் மணமகளிடம் வேடிக்கையாக ஏதாவது சொல்வேன். உம், எனக்குத் தெரியும் என்ன சொல்வ தென்று: சரியாக ஒன்பது மாதம் கழித்து திரும்பவும் வருவேன் - அருட்தந்தையாக என்று ஜாடையாகச் சொல்வேன், ஹ - ஹா! சந்தேகம் வேண்டாம், காலம் தவறாமல் பெற்றெடுப்பாள். முயல்களைப் போல் பெருகி விடுகிறவர்கள் ஆயிற்றே. ஆம், எல்லோரும் சிரிப்பார்கள், வெட்கத்தால் மணமகளுக்கு முகம் சிவந்துவிடும். உள்ளன்புடன் அவள் நெற்றியில் முத்தமிடுகிறேன், ஆசியும் கூறுகிறேன். எனது இந்த தீரச் செயல் மறுநாள் அலுவலகத்தில் எல்லோருக்கும் தெரிய வரும். மறுநாள் திரும்பவும் நான் கடுமை மிக்கவனாக, கண்டிப்பானவனாக ஆகிவிடுகிறேன், கல்மனம் கொண்டவனாகக் கூட நடந்து கொள்கிறேன் - ஆனால் நான் எப்படிப்பட்டவன் என்பது இப்பொழுது எல்லோருக்கும் தெரிந்திருக்கும். அவர்கள் என் அகத்தினை அறிந்து கொண்டவர்கள், எனது உண்மை உருவத்தைக் கண்டுகொண்டவர்கள். 'கண்டிப்பான அலுவலக அதிபர், ஆனால் தங்கமான மனிதர்' என்று பேசிக் கொள்வார்கள். இவ்வாறு எனக்கு வெற்றி கிட்டுகிறது. உங்கள் மனத்துக்கு ஒரு போதும் எட்டியிருக்காத ஒரு சிறு காரியத்தைச் செய்து ஒரு பெரிய சாதனை காண்கிறேன். இப்பொழுது அவர்கள் என்னவர்களாகிவிட்டனர். நான் தந்தை, அவர்கள் தனயர் - இப்படி ஆகிவிட்டோம். இப்பொழுது என்ன சொல்கிறீர்கள், மேதகையீர் ஸ்தெப்பான் நிக்கீஃபரவிச், இது போன்ற ஒரு காரியத்தை உங்களால் செய்ய முடியுமா, சொல்லுங்கள்.

"தெரியவில்லையா, புரியவில்லையா உங்களுக்கு இது" - பிசெல்தனீமவ் தனது பிள்ளைகளிடம் சொல்வான், அவர்களுடைய தந்தையின் திருமணத்திற்கு ஜெனரலே நேரில் வந்திருந்து எப்படிக் குதூகலமுற்றார், பானம்கூட அருந்தினாரே என்று சொல்வான். இந்தப் பிள்ளைகள் தமது

பிள்ளைகளிடம் சொல்வார்கள், தலைமுறை தலைமுறையாய்க் கூறப்பட்டு புனிதமடைந்துவிட்ட ஒரு கதையாக அவர்கள் பேரப்பிள்ளைகளிடம் சொல்வார்கள், மிக உயர்ந்த அதிகாரியும் அரசுப் பிரமுகருமான ஒருவர் (அதற்குள் நான் இவ்விரண்டுமாகி விடுவேன்) எப்படித் தம் தந்தையைக் கௌரவித்தார்; மதுபானம் அருந்தினார்; என்றெல்லாம் சொல்வார்களே, தெரிய வில்லையா உங்களுக்கு? கீழ்நிலையிலுள்ளவனை, நன்னெறியின் நிலையிலிருந்து பேசுகையில், உயரும்படி அல்லவா செய்கிறேன்? அவனையே அவனுக்கு மீட்டளிப்பதை அல்லவா செய்கிறேன்? மாதத்துக்குப் பத்தே ரூபிள் பெறுகிறவன் ஆயிற்றே அவன். இப்படி நான் ஐந்து தடவை, பத்து தடவை, அல்லது இது போன்ற சிலபல தடவை செய்வேனாகில் எப்படிப்பட்ட உயர்ந்த செல்வாக்குடையவனாகி விடுவேன். அனைவரின் மனதிலும் ஆழப்பதிந்து விடும்; அதன் விளைவு, அந்தச் செல்வாக்கின் விளைவு எத்தகையதாக இருக்கும், சொல்ல முடியுமா யாராலும்."

இப்படித்தான், அல்லது ஏறத்தாழ இப்படித்தான் இவான் இலியீச் தன்னுள் வாதாடினார். (கனவான்களே, மனிதன் சில நேரம் தன்னுள் என்னவெல்லாம் கூறிக் கொள்கிறான்; அதுவும் கொஞ்சம் சரக்கு தலைக்கேறி விடுமாயின் கேட்கவா வேண்டும்?) இந்த நினைப்புகள் ஒரு நிமிடத்துக்கும் குறைவான நேரத்துக்கே அவர் மனத்துள் பளிச்சிட்டுச் சென்றன. இந்த அற்ப விசாரங்களுடனும், தம் மனத்துள் ஸ்தெப்பான் நிக்கீஃபரவிச்சை வெட்கித் தலைகுனிய வைப்பதுடனும் அவர் நிச்சயம் திருப்தியடைந்து, பேசாமல் வீட்டுக்குப் போய்ப் படுத்துறங்கியிருப்பார். அது எவ்வளவோ நன்றாகவும் இருந்திருக்கும். ஆனால் துரதிர்ஷ்டவசமாக அந்தத் தருணம் கிறுக்குத்தனத்துக்குரிய ஒரு பொல்லாத தருணமாக இருந்தது.

அவருடைய போறாத காலம், சரியாய் அத்தருணத்தில் ஸ்தெப்பான் நிக்கீஃபரவிச், செமியோன் இவானவிச் இவர்கள் இருவரின் மெத்தனமான முகங்களும் அவருடைய கிளர்ச்சி கொண்ட கற்பனையில் தோற்றமளித்தன.

"போதும் இது, தாங்க முடியாது" என்று ஸ்தெப்பான் நிக்கீஃபரவிச் இளக்காரமாய்ச் சிரித்தவாறு அழுத்தம் திருத்தமாய்க் கூறினார்.

"ஹி-ஹி-ஹி!" என்று செமியோன் இவானவிச் பார்க்கச் சகிக்காதவாறு இளித்துக்கொண்டார்.

"அதற்குமேல் தாங்காதா என்பதைப் பார்ப்போம்!" என்றார் இவான் இலியீச், தீர்மானமாக. இரத்தம் குபீரென அவருடைய கன்னங்களில் பாய்ந்தது. நடைபாதையிலிருந்து கீழே இறங்கி, தமது சிப்பந்தியாகிய பதிவாளர் பிசெலதனீமவின் வீட்டை நோக்கித் தெருவின் குறுக்கே திடமாக நடந்தார்.

★★★

பொல்லாத விதியானது அவரை உந்தித் தள்ளிற்று. திறந்திருந்த வேலிக் கதவைக் கடந்து துணிவுடன் உள்ளே சென்றார். உள்ளே வருகிறவரைத் தடுக்கவேண்டும் என்றில்லாவிட்டாலும் தனக்குரிய சம்பிரதாய வேலையைச் செய்ய வேண்டுமென்று கரகரக்கும் குரலில் குரைத்துக்கொண்டு அவர் காலருகே ஓடி வந்த பறட்டை முடிகளையுடைய சிறிய நோஞ்சான் நாயை அலட்சியமாக உதைத்துத் தள்ளிவிட்டு மரப் பாதையிலே நடந்தார். காவலாளர் கூண்டுப் பெட்டியைப் போல முற்றத்தினுள் துருத்திக்கொண்டு நின்று கூரை வாயில் முகப்புக்குச் சென்று கடகடத்துப் போன மூன்று மரப்படிகள் மீது ஏறிச் சின்னஞ்சிறு வாயிலினுள் நுழைந்தார். உள்ளே எங்கோ ஒரு மூலையில் சிறிய மெழுகுவர்த்தியோ, அகல் விளக்கோ எரிந்து கொண்டிருந்தது. ஆனால் இந்த வெளிச்சம், வெளியே ஆறுவதற்காக வைக்கப்பட்டிருந்த கறி வறுவலுக்குள் இவான் இலியீச் தமது இடது காலை பூட்ஸ் மேலுறையும் அடங்கலாக முக்கியெடுப்பதைத் தடுத்துவிடவில்லை. இவான் இலியீச் குனிந்து பார்த்தார், ஆவலுடன் ஆராய்ந்த அவர் கண்களில் அங்கே இறைச்சி அல்லது மீன் ஜெல்லி வகை இருந்த வேறு இரு தட்டுகளும், மற்றும் இரு தட்டுகளும் ஆறுவதற்கு வைக்கப்பட்டிருந்ததைக் கண்டார். மிதித்துப் பாழாக்கப்பட்டு விட்ட கறி வறுவலைப் பார்த்ததும் அவர் கணநேரம் திடுக்கிட்டு விட்டார். நொடிப் பொழுதுக்கு அவர் மனத்துள் திடுமென ஓர் எண்ணம் தோன்றிற்று: உடனே அங்கிருந்து நழுவி வெளியே போய்விடுவது மேலல்லவா? ஆனால் இது கோழைத்தனமாகுவென அவர் முடிவு செய்தார். யாரும் தம்மைப் பார்க்கவும் இல்லை, தம்மீது சந்தேகம் கொள்ள நினைக்கவும் மாட்டார் என்று வாதாடியவாறு அவசரமாகத் தமது பூட்ஸ் மேலுறையைத் துடைத்து அதில்

ஒட்டியிருந்தவற்றை அகற்றிக்கொண்டு, ஒட்டுக் கம்பளியிட்ட கதவைக் கையால் துழாவிக் கண்டு பிடித்துத் திறந்தார். மிகச் சிறிய நுழைவு அறையினுள் அவர் அடியெடுத்து வைத்தார். அதன் ஒரு பாதியில் மேல் கோட்டுகளும் அங்கிகளும் தொப்பிகளும் கவிகைகளும் மப்ளர்களும் பூட்ஸ் மேலுறைகளும் பெருங்குவியலாய்க் குவிந்திருந்தன. மற்றொரு பாதியில் இசைக் குழுவினர் - இரண்டு பிடில்கள், ஒரு குழல், டபிள்-பாஸ், ஆக மொத்தம் நான்கு வாத்தியக்காரர்கள் - இருக்கை கொண்டிருந்தனர் (நால் வரும் தெருவில் தேடிப் பிடிக்கப்பட்டவர்களாகவே இருக்க வேண்டும்). வர்ணம் பூசப்படாத கள்ளிப் பலகை மேசையைச் சுற்றிலும் இவர்கள் அமர்ந்திருந்தனர், மேசையின்மீது தன்னந்தனியே மெழுகுவர்த்தி ஒன்று எரிந்து கொண்டிருந்தது. நால்வரும் தமது முழு பலத்தையும் கொண்டு குவாட்ரில் நாட்டியத்துக்கான இசையின் கடைசிச் சுற்றை வாசித்துக் கொண்டிருந்தனர். திறந்த கதவு வழியே அடுத்த அறையினுள் தூசிக்கும் சிகரெட்டுப் புகைக்கும் ஆவிக்குமிடையே நடனமாடுவோரைக் காண முடிந்தது. வெடிவெடிப்பது போன்ற பலத்த சிரிப்பின் முழக்கமும் கூச்சலும் கீச்சொலியும் கேட்டன. குதிரைப்படை செல்கிறதோ என்று எண்ணும்படி இருந்தது ஆடவர்களின் பாதங்கள் தரையைத் தட்டி எழுப்பிய தடதடப்பு. இந்தப் பேய்க் கூச்சலையும் மூழ்கடித்துக்கொண்டு கிளர்ந்தெழுந்தன நடன நிர்வாகியின் அறிவிப்புகள். தயக்கமோ தடங்கலோ சிறிதுமின்றி சகஜமாய்ப் பழகக் கூடியவர் அவர். "கனவான்கள் நடுவில், சீமாட்டிகள் வளையமிட்டு ஆடி அசைக" என்பது போன்ற அவருடைய அறிவிப்புகள் கிளர்ந்தெழுந்தன. இவான் இலியீச் சற்று கிலியுடனேதான் மேல்கோட்டையும் பூட்ஸ் மேலுறைகளையும் கழற்றி வைத்துவிட்டு கையில் தமது தொப்பியைப் பிடித்துக்கொண்டு அறையினுள் பிரவேசித்தார். எதைப்பற்றியும் இப்பொழுது அவர் ஆலோசிக்கும் நிலையில் இல்லை.

அவர் வந்ததை முதலில் யாரும் கவனிக்கவில்லை. எல்லோரும் நடனத்தை ஆடி முடிப்பதில் முனைந்திருந்தனர். இவான் இலியீச் திகைப்படைந்து நின்றுகொண்டிருந்தார், அந்தச் சந்தடியிலும் குழப்பத்திலும் அவரால் எதையும் தெளிவாகப் பார்க்க முடிய வில்லை. பெண்டிரின் ஆடைகளும் பற்களுக்கிடையில் சிகரெட்டைக் கவ்வியிருந்த ஆடவர்களும்

சுற்றிச் சுழன்று செல்வதுதான் தெரிந்தது. ஒரு சீமாட்டியின் வெளிர் நீலஸ்கார்ஃப் அவருடைய மூக்கின் நுனியைத் தேய்த்தவாறு பறந்தோடிற்று. தலை முடிகள் அலங்கோலமாகக் காற்றில் சுழன்றாட மருத்துவ மாணவன் ஒருவன் அந்தச் சீமாட்டியின் பின்னால் பறந்தோடினான், ஓடும்போது பாதையில் நின்ற இவான் இலியீச்சைப் பிடித்துத் தள்ளினான். மாதாகோவில் கோபுரம் போல உயரமான இராணுவ ஆபீசர் ஒருவர் அவர் முன்னால் பாய்ந்தோடினார். யாரோ ஒருவர் இயற்கைக்கு மாறான கீச்சுக் குரலில் "அப்பனே பிசெல்தனீமவ்" என்று கூச்சலிட்டுப் பறந்து சென்று ஏனையோரின் தாளத்துக்கு இசைவாகப் பாதத்தால் தாளம் தட்டினார். இவான் இலியீச்சின் காலுக்கடியில் தரை பிசுபிசுப்பாய் இருந்தது - மெழுகிட்டுத் தேய்த்து அது பளபளப்பாக்கப்பட்டிருக்க வேண்டும். அந்தப் பெரிய அறையினுள் முப்பது பேர் வரை இருந்திருப்பார்கள்.

மேலும் ஒரு நிமிடம் கழிந்திருக்கும், நடனம் முடிவடைந்தது. இவான் இலியீச் முன்பு வீட்டுக்கு வெளியே நின்று கற்பனை செய்து கனவு கண்டது உடனே இப்பொழுது நடைபெற ஆரம்பித்தது. விருந்தினர்களிடமிருந்தும், நடனமாடிவிட்டு இன்னமும் மேல்மூச்சு நிதானம் பெறாமலும் முகத்திலிருந்து வியர்வையைத் துடைத்துக் கொள்ளாமலும் நின்றவர்களிடமிருந்தும் ஒருவகைச் சலசலப்பு, வினோதமான ஒரு குசுகுசுப்பு எழுந்தது. எல்லாக் கண்களும் எல்லா முகங்களும் புதிதாக வந்த விருந்தினர் பக்கம் வேகமாகத் திரும்பின. இதைத் தொடர்ந்து மறுகணமே எல்லோரும் பின்னால் நகர்ந்தனர், இன்னமும் அவரைக் கவனிக்காமல் எங்கோ பார்த்துக்கொண்டு நின்றவர்களின் ஆடைகளைப் பிடித்திழுத்துக் கவனிக்கும்படிச் செய்தனர். உடனே இவர்களும் திரும்பிப் பார்த்துவிட்டு அவசர அவசரமாக ஏனையோருடன் சேர்ந்து பின்னால் நகர்ந்தனர். இவான் இலியீச் இன்னும் ஓர் அடிகூட எடுத்து வைத்து உள்ளே வராமல் கதவருகேதான் நின்றுகொண்டிருந்தார். அவருக்கும் விருந்தினர்களுக்கும் இடையே காலி இடம் மேலும் மேலும் பெரிதாகிச் சென்றது, இந்தக் காலி இடத்தில் மிட்டாய்க் காகிதங்களும் துண்டுக் கடுதாசிகளும் சிகரெட்டுத் துண்டுகளும் கணக்கின்றிச் சிதறிக் கிடந்தன. அலுவலக நீள்கோட்டு அணிந்து பறட்டைச் சணல் முடியும் கிளி மூக்கும் கொண்ட இளைஞன் ஒருவன் தயங்கியவாறு திடுமென அந்தக் காலி இடத்தினுள் அடியெடுத்து வைத்தான். எஜமானனால் உதைப்பதற்காக

தமிழில்: ரா. கிருஷ்ணய்யா | 31

அழைக்கப்படுகின்ற நாய் எப்படி பரிதாபமாக அவனைப் பார்க்குமோ அதே போல அந்த இளைஞன், எதிர்பாராத வகையில் வந்து நின்ற தனது விருந்தினரை உற்றுப் பார்த்தவாறு தொய்ந்த தோள்களுடன் கூனிக் குறுகிக்கொண்டு முன்னே சென்றேன்.

"பிசெல்தனீமவ், வணக்கம் - என்னைத் தெரிகிறதா?..." என்று கேட்டார் இவான் இலியீச். தாம் இப்படிக் கேட்டது அசட்டுத்தனமாகும் என்ற உணர்வு உடனே அவருக்கு ஏற்பட்டது. இக்கணத்தில் தாம் செய்வது மிகப் பெரும் தவறாக இருக்குமோ என்பதாகவும் ஓர் உணர்வு உண்டாயிற்று அவருக்கு.

"மே - மே - மேதகையீர்..." என்று முணுமுணுத்தான் பிசெல்தனீமவ்.

"ஹ-ஹா! அகஸ்மாத்தாய் நான் இங்கு வந்து சேர்ந்திருக்கிறேன், ஏற்கனவே நீ இதை ஊகித்துக் கொண்டிருப்பாய்..."

ஆனால் பிசெல்தனீமவ் எதையும் ஊகித்துக்கொள்ளும் நிலையில் இல்லை என்பது நன்றாகத் தெரிந்தது. பீதியுற்றுக் கதிகலங்கிப் போய் பேந்தப் பேந்த விழித்த கண்களுடன் அங்கே நின்று கொண்டிருந்தான் அவன்.

"சரி, இங்கே வராதே என்று என்னை விரட்டியடிக்க மாட்டாயென நினைக்கிறேன் - விரும்பினாலும் விரும்பா விட்டாலும் நீ விருந்தினை வரவேற்றே ஆக வேண்டும்." என்று தொடர்ந்து இவான் இலியீச் பேசினார். சிறிதும் ஒவ்வாத ஒரு தளர்ச்சி ஏற்பட்டு அவரை மனம் குழம்பச் செய்தது; சிரிக்க முயற்சி செய்தார், ஆனால் முடியவில்லை; ஸ்தெப்பான் நிக்கீஃபரவிச்சையும் திரீஃபனையும் பற்றிய வேடிக்கையான பேச்சைத் தொடங்குவது மேலும் மேலும் முடியாத காரியமாகிவந்தது. ஆனால் நிலைமை மேலும் மோசமாகும் வண்ணம் பிசெல்தனீமவ் இன்னும் தமது கதிகலக்கத்திலிருந்து விடுபடாமல் பேசாமடந்தையாக அசடு வழியும் நிலையில் திருதிருவென விழித்துக்கொண்டு நின்றான். இவான் இலியீச் வெலவெலத்துப் போய்விட்டார், இந்த நிலைமையை இன்னுமொரு கணம் நீடிக்கவிட்டால் சகிக்க முடியாமற்போய்விடும் என்று நினைத்தார்.

“வேண்டாம், உனக்குச் சங்கடமாக இருக்கும்போல் தெரிகிறது. நான் திரும்பிப் போய் விடுகிறேன்” என்று தயங்கியவாறு அவர் மெல்லக் கூறினார். அவருடைய வாயின் வலப்பக்கத்தில் தசைநார் துடித்தது.

ஆனால் அதற்குள் பிசெல்தனீமவுக்கு சுயநினைவு திரும்பி விட்டது.

“மேதகையீர்... எனக்குக் கிட்டியுள்ள பெருஞ்சிறப்பு...” என்று அவசரமாகத் தலைகுனிந்து வணங்கியவரை முணுமுணுத்தான். “அருள் கூர்ந்து இங்கே வந்து அமர வேண்டும்” என்று அவன் தனது பிரமிப்பிலிருந்து மேலும் விடுபட்டவனாக இரு கைகளையும் சோபாவின் பக்கம் காட்டினான். வழக்கமாக அந்த சோபாவின் எதிரே இருக்க வேண்டிய மேசை நடனமாடுவோருக்கு இடம் வேண்டும் என்பதனால் அங்கிருந்து நகர்த்தப்பட்டிருந்தது.

பெருமூச்செறிந்தவாறு இவான் இலியீச் அந்த சோபாவில் சாய்ந்தார். உடனே யாரோ ஒருவர் ஓடி வந்து மேசையைத் திரும்பவும் சோபாவின் எதிரே நகர்த்தி வைத்தார். இவான் இலியீச் சுற்றிலும் நோட்டமிட்டார், தான் மட்டும் அமர்ந்திருக்க ஏனையோர் எல்லோரும், பெண்களும் அடங்கலாய், நின்றுகொண்டிருப்பதைக் கவனித்தார். நல்ல அறிகுறியல்ல இது. ஆனால் இதை உணர்த்துவதற்கும் ஆர்வ மூட்டுவதற்கும் தக்க நேரம் இன்னும் வந்தாகவில்லை. விருந்தினர்கள் இன்னும் அவரிடமிருந்து விலகி ஒதுங்கிச் சென்ற வண்ணம்தான் இருந்தனர். பிசெல்தனீமவ் மட்டும்தான் அடக்கவொடுக்கமாய் அவர் பக்கத்தில் நின்று கொண்டிருந்தான். இன்னும் அவன் ஒன்றும் விளங்காத நிலையில்தான் இருந்தான், சிரிப்பின் சாயலை அவன் முகத்தில் காணவே முடியவில்லை. சுருங்கச் சொன்னால் ஹரூன்-அல்-ரஷீதின் பாணி[6]யில் நமது கதைத் தலைவர் மேற்கொண்ட இலட்சிய முயற்சி மெய்யாகவே ஒரு மாபெரும் தீரச்செயலாகக் கருதப்பட வேண்டிய அளவுக்கு அந்த நேரத்தில் அப்படி அவர் அவஸ்தைப்பட்டுக் கொண்டிருந்தார். ஆனால் திடீரென அப்பொழுது ஒரு சிறிய

---

6. ‘ஆயிரத்து ஓர் இரவு’களில் ஒரு கதை காலிப் ஹரூன் - அல் - ரஷீதைப் பற்றிக் கூறுகிறது. இவர் சாமான்ய மனிதராக மாறு வேடம் பூண்டு ஏழை மக்களது இல்லங்களுக்குச் சென்றார். (ப-ர்)

உருவம் பிசெல்தனீமவின் அருகே தோன்றி தலைகுனிந்து வணக்கம் தெரிவிக்க முற்பட்டது. இவான் இலியீச் தமது தலைமைக் குமாஸ்தா அக்கீம் பெத்ரோவிச் ஸூபிக்கவை அடையாளம் தெரிந்து கொண்டதும் விவரிக்க முடியாதவாறு மகிழ்ச்சியுற்றார், ஏன் புளகாங்கிதமடைந்தார். தலைமைக் குமாஸ்தாவுடன் அவருக்கு அலுவலகத்திற்கு வெளியே பரிச்சயம் இல்லைதான், ஆயினும் திறமை வாய்ந்த, வாய் பேசாத அதிகாரி என்பது அவருக்குத் தெரியும். இவான் இலியீச் உடனே எழுந்து அக்கீம் பெத்ரோவிச்சுக்குக் கை கொடுத்தார் - இரண்டே இரண்டு விரல்களை அல்ல, முழுக் கையையும் கொடுத்தார். பின்னவர் பக்தி சிரத்தையோடு அதைத் தமது இரு கைகளாலும் அணைத்துப் பிடித்துக்கொண்டார். ஜெனரலுக்கு ஆனந்தமாயிருந்தது. இனி சமாளித்துக்கொண்டு விடலாம், பயமில்லை.

ஏனெனில் இப்பொழுது இந்த உரையாடலில் பிசெல்தனீமவ் இரண்டாவது அல்ல, மூன்றாவது பாத்திரமாகி விட்டதாகச் சொல்லலாம். இவான் இலியீச் இனி பிசெல்தனீமவை வாய் மூடி மௌனியாய்ப் பக்தி மிகுந்த அடக்கவொடுக்கத்தால் பயந்து நடுங்கும்படி விட்டு விட்டு தாம் கூற வேண்டியதை நேரே தமது தலைமைக் குமாஸ்தாவிடம் கூறலாமென மகிழ்ந்து கொண்டார். அனுசரிக்கப்பட வேண்டிய ஆசார முறைகள் இவ்விதம் அனுசரிக்கப்பட்டுவிடும். தாம் கூற வேண்டுமென நினைத்திருந்ததை நிச்சயம் கூறியாக வேண்டும், இது மிகவும் அவசியமென்று இவான் இலியீச் நினைத்தார். எல்லோரும் காது கொடுத்துக் கேட்பதற்காக ஆவலுடன் காத்திருந்ததை, குடும்பத்தினர் எல்லோரும் இருவாயிற் படிகளிலும் நெரிசலாய்க் கூடி யாவற்றையும் பார்க்க வேண்டுமென்றும் கேட்க வேண்டுமென்றும் எம்பியடித்துக் கொண்டு நின்றதை அவர் காண முடிந்தது. தலைமைக் குமாஸ்தா இன்னமும் உட்காராமலே அப்படி அசட்டுத்தனமாக நின்று கொண்டிருக்கிறாரே என்று அவர் வேதனைப்பட்டுக்கொண்டார்.

"ஏன் நிற்கிறீர், உட்காரக் கூடாதா?" என்று கூறி, இவான் இலியீச் சோபாவில் தம் பக்கத்தில் ஓரிடத்தைச் சங்கடப்பட்டுக் கொண்டு அவருக்குச் சுட்டிக் காட்டினார்.

"வேண்டாங்க! இங்கே உட்கார்ந்து கொள்கிறேன்" என்றார் அக்கீம் பெத்ரோவிச், உட்காராமல் அசையாது நேரே நின்ற பிசெல்தனீமவ் அவருக்குப் பின்னால் குனிந்து நகர்த்தி வைத்த நாற்காலியில் அவசரக் கோலமாய் உட்கார்ந்து கொண்டார்.

"என்ன ஆயிற்று என்பதைச் சொல்கிறேன் கேளும்" என்று இவான் இலியீச் வேறு எங்கும் திரும்பாமல் முற்றிலும் அக்கீம் பெத்ரோவிச்சைப் பார்த்துப் பேச முற்பட்டார். அவருடைய குரல் சற்று நடுங்கியதென்றாலும் இப்பொழுது தடங்கலின்றித் தெளிவாகவே ஒலித்தது. சொற்களை இழுத்து நீட்டி ஒவ்வொரு அசையையும் அழுத்தி உச்சரித்தார்; உயிரெழுத்துக்கள் அதிகம் ஒலிக்காதவாறு மூடிமெழுகிச் சென்றார்; சுருங்கச் சொல்வதெனில் அவரே தம்முள் ஒத்துக்கொண்டது போல மிகவும் பகட்டான முறையில் பேசினார். அவரால் அப்படித்தான் பேச முடிந்தது, ஏதோ ஒரு சக்தி வெளியிலிருந்து அவரை ஆட்டி வைத்த மாதிரி இருந்தது. அந்த நேரத்தில் அவர் நிறைய உணர்ந்து கொண்டார், இந்த உணர்வு அவரைக் கொடிய முறையில் வதைத்தது.

"என்ன ஆயிற்று என்பதைச் சொல்கிறேன், ஸ்தெப்பான் நிக்கீஃபரவிச் நிக்கீஃபரவின் வீட்டிலிருந்து வருகிறேன், உமக்குத் தெரிந்திருக்கும் - தனி ஆலோசகர் அவர். உம்... அந்த கமிஷனில் இருக்கிறார்..."

"அவரைப் பற்றித் தெரியாதவரும் இருக்க முடியுமா?" என்று சொல்ல விரும்பும் பாவனையுடன் அக்கீம் பெத்ரோவிச் தமது முழு உடலையும் முன்னால் நகர்த்திப் பணிவுடன் கீழே குனிந்தார்.

"இப்பொழுது அவர் உன்னுடைய அண்டை வீட்டுக்காராகி விட்டார்" என்று பிசெல்தனீமவ் பக்கம் திரும்பியவாறு கூறினார். ஆசார முறைக்காகவும் சகஜமாய்ப் பழகுவதாய்க் காட்டிக் கொள்வதற்காகவும் வேண்டி பிசெல்தனீமவின் பக்கம் திரும்பி இதைச் சொன்னார், ஆனால் இதில் அவனுக்கு அக்கறை கிஞ்சித்தும் இல்லை என்பதை பிசெல்தனீமவின் முகபாவனையில் கண்டதும் அவசரமாகத் தலையைத் திருப்பிக் கொண்டு விட்டார்.

"உமக்குத் தெரிந்திருக்கலாம், ஒரு வீடு வாங்கிக்கொள்ள வேண்டுமென்று வாழ்வெல்லாம் கிழவர் ஆசைப்பட்டு வந்தவர். ஆகவே இப்பொழுது ஒரு வீட்டை வாங்கிவிட்டார்.

தமிழில்: ரா. கிருஷ்ணய்யா | 35

அருமையான சிறிய வீடு. ஆம் - இன்று அவருக்குப் பிறந்த நாள். இதன்முன் அவர் இந்நாளைக் கொண்டாடியதே இல்லை; ஏன், தமது பிறந்த நாள் எங்களுக்குத் தெரிந்துவிடாதபடி மறைத்து வந்தார், அவ்வளவு பெரிய கருமி. ஹ-ஹா! ஆனால் புதிய வீடு அப்படி அவரைப் பூரிப்படையச் செய்திருப்பதால் இம்முறை என்னையும் செமியோன் இவான்விச்சையும் அழைத்துப் பிறந்த நாள் கொண்டாடினார் - ஷிப்புலேன்கோவை உங்களுக்குத் தெரிந்திருக்கும்."

சொல்ல முடியாத உற்சாகத்துடன் மீண்டும் அக்கீம் பெத்ரோவிச் முன்னால் நகர்ந்து பணிவுடன் குனிந்தார். இவான் இலியீச் கொஞ்சம் உற்சாகமடையலானார். தலைமைக் குமாஸ்தா தமது ஆதரவு மேதகையருக்கு அந்த நேரத்தில் இன்றியமையாததாக இருந்ததை உணர்ந்து கொண்டிருப்பாரோ, அதைக் காட்டிலும் அருவருப்பானது எதுவும் இருக்க முடியாதே என்று இவான் இலியீச் அச்சப்படத் தொடங்கியிருந்த நேரம் அது.

"சரி, மேசை மீது ஷம்பெய்ன், சுற்றிலும் நாங்கள் மூன்று பேர். எங்கள் அலுவல்கள் குறித்து உரையாடிக் கொண்டிருந்தோம். கேட்கவா வேண்டும், பேச்சு சுவாரயியமாகிவிட்டது. பல பிரச்சி னைகளும் எழுந்தன. சற்று காரசாரமான வாக்குவாதம் மூண்டுவிட்டதாகக்கூட சொல்லலாம். ஹி-ஹி."

அக்கீம் பெத்ரோவிச் மிகவும் பணிவுடன் தமது புருவங்களை மேலே உயர்த்திக்கொண்டார். -

"ஆனால் இங்கு நான் சொல்ல வந்தது அதுவல்ல. முடிவில் நாங்கள் அவரிடம் விடைபெற்றுக்கொண்டு புறப்பட்டோம். கிழவர் தினமும் காலக் கிரமம் சிறிதும் தவறாமல் யாவும் செய்பவர், வயதுக் காலமாதலால் முன்னதாகவே படுக்கச் சென்று விடுகிறவர். நான் வெளியே வந்து பார்க்கிறேன்... என்னுடைய வண்டிக்காரன் திரீஃபன் எங்கோ மறைந்து விட்டான்." எனக்குக் கொஞ்சம் அதிர்ச்சியாய்த்தான் இருந்தது, "வண்டியை எங்கே ஓட்டிச் சென்றுவிட்டான் இந்தத் திரீஃபன்?" என்று கேட்டேன். "நான் வருவதற்கு அதிக நேரமாகுமென நினைத்து எங்கோ திருமணத்துக்குப் போய்விட்டானாம், அவன் சகாவுக்கோ, தங்கைக்கோ திருமணமாம். ஆண்டவனுக்குத்தான் தெரியும், யாருக்கென்று! இங்குதான் பீட்டர்ஸ்பர்க் புறத்திலாம். போனவன் சும்மா போகாமல், வண்டியையும் ஓட்டிச்

சென்று விட்டான். "திரும்பவும் ஜெனரல் ஆசார முறைக்காக வேண்டி பிசெல்தனீமவின் பக்கம் திரும்பினார். அவருடைய பார்வை தன்மீது படிவதைக் கண்டதும் பிசெல்தனீமவ் வெலவெலத்துப் போய் விட்டான். இதுவல்ல ஜெனரல் அவனிடமிருந்து எதிர்பார்த்தது. "கொஞ்சமாவது பரிவோ இரக்கமோ இருப்பதாகத் தெரியவில்லையே இந்த எண்ணம் அவர் மனத்துள் பளிச்சிட்டுச் சென்றது.

"இப்படியுமா ஒருத்தன் செய்வான்" என்று பெரிதும் வியப்புற்றவராக அக்கீம் பெத்ரோவிச் கூறினார். ஆச்சரியத்தின் அறிகுறியாக, கூட்டத்தினரிடையிலிருந்து லேசான சலசலப்பு எழுந்தது.

"இந்த நிலைமையில் நான் என்ன செய்ய முடியும், சொல்லுங்கள்." (இவான் இலியீச்சின் பார்வை அங்கு கூடியிருந்தோரை நோட்டமிட்டுச் சென்றது.) "ஒன்றும் செய்வதற்கில்லை, நடக்க வேண்டியதுதான். பல்ஷோய் சாலை வரை நடந்தோமானால், அங்கே ஏதாவது ஜட்கா கிடைக்குமென்று புறப்பட்டேன், ஹி-ஹி."

"ஹி-ஹி-ஹி" என்று பணிவுடன் அக்கீம் பெத்ரோவிச் இளித்துக்கொண்டார். திரும்பவும் கூட்டத்தினரிடையே சலசலப்பு. இம்முறை களிப்பினைத் தெரிவித்த சலசலப்பு எழுந்தது. அதே நேரத்தில் சுவர் விளக்கு ஒன்றின் கண்ணாடி வெடிக்கும் பலத்த சப்தம் கேட்டது. யாரோ ஒருவர் அவசரமாய் அங்கே ஓடினார். துணுக்குற்றுவிட்ட பிசெல்தனீமவ் கடுப்புடன் அந்த விளக்கை உற்றுப் பார்த்தான். ஆனால் ஜெனரல் கவனிக்காதவர்போல் இருந்துவிடவே, எல்லோரும் நிம்மதியடைந்தனர்.

"நான் நடந்து வந்து கொண்டிருந்தேன் - அருமையான, அமைதியான இரவு. திடுமென இசையின் நாதமும், பலரும் நடனமாடி எழுப்பிய தடதடப்பும் கேட்டன. அங்கிருந்த போலிஸ்காரனிடம் சென்று விசாரித்தேன் - பிசெல்தனீமவுக்குத் திருமணம் என்றான் அவன். நீ நடன விருந்து அளிப்பது பீட்டர்ஸ்பர்க் புறம் எங்கும் தெரிந்திருக்கிறது, பாரேன்! ஹா-ஹா!" என்று திடுமென அவர் பிசெல்தனீமவின் பக்கம் திரும்பினார்.

"ஹி-ஹி! நன்றாய்ச் சொன்னீர்கள்!" என்று ஒத்து ஊதினார் அக்கீம் பெத்ரோவிச். விருந்தினர்களிடையே மீண்டும்

பரபரப்பு ஏற்பட்டது. ஆனால் பிசெல்தனீமவ் திரும்பவும் தலைகுனிந்து வணங்கி நிமிர்ந்தானே அன்றி சிரிக்கவே இல்லை, மரம் போல உணர்ச்சியற்றவனாக நின்றுகொண்டிருந்தான். “அடிமுட்டாளாக இருப்பான் போல் தெரிகிறதே” என்று நினைத்தார் இவான் இலியீச். “அசட்டுக் கழுதை, கொஞ்சம் சிரிக்கக் கூடாதா? யாவும் எவ்வளவு இனிமையாக நடந்தேறும்” அவர் நெஞ்சினுள் சீற்றம் பொங்கிற்று. “உள்ளே சென்று என்னுடைய சிப்பந்தியைப் பார்த்து விட்டு வந்தால் என்ன? - என்று என்னுள் ஓர் எண்ணம் எழுந்தது. பிசெல்தனீமவ் என்னை வராதே என்று விரட்டிவிடப் போவதில்லை... விரும்பினாலும் விரும்பாவிட்டாலும் விருந்தினனை வரவேற்றே ஆக வேண்டும். நீ என்னை மன்னிக்க வேண்டும், நான் வந்திருப்பது உனக்கு இடைஞ்சலாக இருக்குமாயின், நான் போய்விடுகிறேன். எட்டிப் பார்த்துவிட்டுப் போகலாம் என்று வந்தேன்.

விருந்தினர்களுக்கு இப்பொழுதுதான் உயிர் திரும்ப ஆரம்பித்தது. “மேதகையரால் இடைஞ்சல் ஏற்படுவதாவது?” என்று கூறும் தோரணையில் அக்கீம் பெத்ரோவிச் இனிய முறையில் சிரித்துக்கொண்டார். விருந்தினர்கள் மெல்ல அங்கும் இங்கும் நகர ஆரம்பித்தனர், கூச்சம் குறைந்து வருகிறதென்பதற்கான அறிகுறிகளை அவர்களிடையே காண முடிந்தது. அனேகமாக எல்லாப் பெண்களும் உட்காரத் தொடங்கினர். நல்ல அறிகுறி இது. அவர்களிடையே கொஞ்சம் துணிச்சலானவர்கள் கைக்குட்டையை ஆட்டி விசிறிக்கொண்டனர். பழசாகிவிட்ட வெல்வெட் கவுன் அணிந்திருந்த ஒரு பெண் வேண்டுமென்றே பலத்த குரலில் ஏதோ சொன்னாள். அவள் யாரைப் பார்த்துப் பேசினாளோ அந்த இராணுவ ஆபீசர் மேலும் பலமான குரலில் அவளுக்குப் பதிலளிக்கப் போனார், ஆனால் வேறு யாரும் உரக்கப் பேசாததால், அவரும் தமது குரலைத் தணித்துக் கொண்டுவிட்டார். பெரும்பாலும் குமாஸ்தாக்களும் ஒருசில மாணவர்களுமாகிய ஆடவர்கள் கூச்சப்பட வேண்டாம் என்று கூறிக் கொள்வது போல ஒருவரையொருவர் பார்த்துக்கொண்டனர்; இருமியவாறு பல திசைகளிலும் இரண்டொரு அடியெடுத்து வைத்து நடக்க முற்பட்டனர். உண்மையில் யாருக்கும் அப்படி ஒன்றும் கூச்சமாயில்லை, ஆனால் எல்லோருக்கும் சங்கடமாக இருந்தது. திடுமெனத் தம்மிடையே தோன்றித் தமது கேளிக்கையைக் கெடுத்த

இந்த ஆளின்மீது பெரும்பாலோரும் உள்ளுக்குள் வெறுப்பும் குரோதமும் கொண்டிருந்தனர். தமக்கு ஏன் இந்தக் கோழைத்தனமென வெட்கமுற்ற அந்த இராணுவ ஆபீசர் முண்டியடித்துக்கொண்டு மேசையருகே வரலானார்.

"இங்கே பார் அப்பா, உன் முதற் பெயரும் தந்தை வழிப் பெயரும் என்ன, சொல்" என்று பிசெல்தனீமவிடம் கேட்டார் இவான் இலியீச்,

"பர்ஃபீரி பெத்ரோவிச், மேதகையீர்" என்று பேந்தப் பேந்த விழித்தவாறு பட்டாள அணிவகுப்பின்போது சார்ஜண்டுக்குப் பதில் கூறும் படைவீரனைப் போல விறைத்து நின்று அவன் பதிலளித்தான்.

"பர்ஃபீரி பெத்ரோவிச், உன்னுடைய மணப்பெண்ணை நீ எனக்கு அறிமுகம் செய்து வைக்கப் போவதில்லையா? அவளிடம் என்னை அழைத்துச் செல்லேன்."

இதைச் சொல்லி ஜெனரல் சோபாவிலிருந்து எழுந்திருக்கப் போனார். ஆனால் அதற்குள் பிசெல்தனீமவ் அடித்து மோதிக் கொண்டு வரவேற்பறைக்குள் ஓடினான். மணமகள் அதுவரை வாயிற்படியில் நின்றுகொண்டிருந்தவள், தன்னைப் பற்றி பேசப் பட்டது காதில் விழுந்ததும் ஒளிந்து கொண்டு விட்டாள். ஒரு நிமிடத்துக்குப் பிற்பாடு பிசெல்தனீமவ் அவள் கையைப் பிடித்து அழைத்து வந்தான். எல்லோரும் விலகி நின்று அவர்களுக்கு வழி விட்டனர். இவான் இலியீச் ஆடம்பரமாய் எழுந்து நின்று இனிய புன்னகையுடன் அவள் பக்கம் திரும்பினார்.

"நேரில் சந்தித்துத் தெரிந்துகொள்ள சந்தர்ப்பம் கிடைத்திருப்பது குறித்து மிக்க மகிழ்ச்சி கொள்கிறேன், மட்டற்ற மகிழ்ச்சி கொள்கிறேன்." என்று கூறி மிகவும் பண்பட்ட முறையில் தலையைச் சாய்த்து வணக்கம் தெரிவித்தார். "அதுவும் இது போன்ற நன்னாளில்..."

அவர் இனிமை தவழப் புன்னகை புரிந்து கொண்டார். அங்கிருந்த பெண்கள் எல்லோரும் பூரிப்புற்றுப் பரபரப்படைந்தனர்.

"பிரமாதம், பிரமாதம்" என்று போற்றினாள் வெல்வெட் கவுன் அணிந்திருந்த பெண்.

மணமகள் பிசெல்தனீமவுக்குப் பொருத்தமானவள்தான். மெலிந்த உருவம், பதினேழு வயதுக்குமேல் இருக்காது,

வெளிறிய நிறம், சின்னஞ்சிறு முகமும் கூர்மையான சிறு மூக்கும் உடையவள். வேகமாய்த் துள்ளியாடிய அவளுடைய சிறு கண்கள் சிறிதும் கூச்சமோ கலக்கமோ வெளியிடுவதாயில்லை, அதற்குப் பதில் கடுப்பின் சாயல் கலந்த துருதுருப்பான பார்வை அவற்றில் படிந்திருந்தது. அவளுடைய அழகினால் கவரப்பட்டே பிசெல்தனீமவ் அவளைத் தேர்ந்தெடுத்திருக்க வேண்டும். இளஞ்சிவப்பு உள்ளூறையிட்ட வெண்ணிற மயிலின் ஆடை அணிந்திருந்தாள். அவளுடைய கழுத்து மெலிந்து குச்சி போலவும், உடல் குருவியினுடையதை ஒத்ததாகவும், எலும்புகள் முட்டிக் கொண்டு எடுப்பாகவும் இருந்தன. ஜெனரல் கூறிய முகமனுக்குப் பதிலளிக்கும் முறையில் அவளால் ஒரு வார்த்தைகூட பேச முடியவில்லை.

“ஆம், நல்ல அழகியாகத் தேர்ந்தெடுத்தி ருக்கிறாயே” என்று அவர் பிசெல்தனீமவுக்கு மட்டும் கேட்கும்படிப் பேசுவது போல மெல்லக் கூறினார், ஆனால் அவர் குரல் மணப்பெண்ணின் காதிலும் விழும்படி பலமாகவே இருந்தது. இதற்கும் பிசெல்தனீமவ் பதில் ஏதும் சொல்லாமல் மௌனமாக இருந்தான், இம்முறை அவன் தலைகுனிந்து வணக்கம்கூடத் தெரிவிக்கவில்லை. அவன் கண்களில் ஒருவகைக் கொதிப்பும், இரகசியக் குரோதமும், ஏதோ கெட்ட எண்ணமும், சூழ்ச்சியும் மறைந்திருப்பதாக இவான் இலியீச் நினைத்தார். எனினும் அவனுடைய உள்ளத்தை எப்படியேனும் உருகச் செய்தாக வேண்டும். இவான் இலியீச் இங்கு வந்ததே அதற்காகத்தானே.

“எப்படிப்பட்ட ஜோடி” என்று நினைத்துக் கொண்டார். “இருந்தபோதிலும்”

மறுபடியும் அவர் மணமகளின் பக்கம் திரும்பினார், இப்பொழுது அவள் சோபாவில் அவர் பக்கத்தில் அமர்ந்திருந்தாள். ஆனால் அவளிடம் அவர் கேட்ட இரண்டு மூன்று கேள்விகளுக்கு “ஆம்” அல்லது “இல்லை“ என்பதற்கு மேல் பதில் கிடைக்கவில்லை, அதுவுங்கூட தெளிவாகக் காதில் விழவில்லை.

“இவள் முகம் சிவக்கும்படி கொஞ்சம் கூச்சமடைவாளானால் எவ்வளவு நன்றாயிருக்கும்” என்று அவர் தமக்குத் தாமே கூறிக்கொண்டார். “அப்பொழுது நான் தமாஷாக எதாவது சொல்லலாம். ஆனால் இப்பொழுது எனது நிலை தர்ம சங்கடமாக அல்லவா இருக்கிறது. “அக்கீம் பெத்ரோவிச்சுங்கூட

வேண்டு மென்றே செய்வது போல வாய் மூடி மௌனியாக உட்கார்ந்திருந்தார். அவருடைய அசட்டுத்தனம் தான் காரணம் என்றாலும், அவர் செயல் மன்னிக்க முடியாததாகவே இருந்தது.

"சீமாட்டிகளே, கனவான்களே, உங்களுடைய கொண்டாட்டம் என்னால் தடைபட்டு விட வேண்டாம்" என்று அங்கிருந்த எல்லோரையும் பார்த்து மேதகையர் வேண்டிக்கொண்டார். உள்ளங்கைகளில் வியர்த்து விட்டது போன்ற ஓர் உணர்ச்சி அவருக்கு உண்டாயிற்று.

"இல்லை, இல்லை! மேதகையீர், நீங்கள் அப்படி நினைக்க கூடாது! இதோ ஒரு நிமிடத்தில் மீண்டும் நாங்கள் ஆரம்பித்து விடுவோம், கொஞ்சம் ஓய்வெடுத்துக்கொள்கிறோம். ஆடிய களைப்புத் தீர்வதற்காக" என்று பதிலளித்தார் அந்த இராணுவ ஆபிசர்.

மணமகள் மகிழ்ச்சியுடன் அவரைப் பார்த்துக் கொண்டாள். அந்த ஆபிசருக்கு அதிகம் வயதாகி விடவில்லை, ஏதோவொரு ரெஜிமெண்டுக்குரிய உடை அணிந்திருந்தார். பிசெல்தனீமவ் முன்னால் சாய்ந்தவாறு இன்னமும் அங்கேதான் நின்று கொண்டிருந்தான். அவனுடைய கிளிமூக்கு மேலும் எடுப்பாகத் துருத்திக்கொண்டு தெரிந்தது. எசமானர் விடைபெற்றுக்கொண்டு புறப்படுவதற்காக கையில் மேல்கோட்டை ஏந்திப் பிடித்துக்கொண்டு காத்திருக்கும் பணியாளைப்போல நின்றிருந்த அவன் யாவற்றையும் கவனமாகக் கேட்டுக்கொண்டும் பார்த்துக்கொண்டும் இருந்தான். இவான் இலியீச்சின் மனதில் உதித்த ஒப்புமை இது. அவர் நிலைகுலைந்து வந்தார் எக்கச்சக்கமான, மிகப் பெரிய எக்கச்சக்கமான நிலையில் சிக்கிக்கொண்டது போன்ற உணர்ச்சி அவரை வதைத்து வந்தது காலுக்கடியில் தரை தகர்ந்து செல்வது போல், தப்பித்து வெளியே வர முடியாத ஓர் இடத்தில் மாட்டிக்கொண்டு இருட்டில் துழாவிச் செல்வது போல் தவித்தார்.

★★★

கட்டை குட்டையான, சற்று வயதான ஓர் அன்னைக்கு இடம் விட்டு எல்லோரும் திடுமென ஒதுங்கி நின்றனர். சீமாட்டி போலல்லாது எளிமையாகவும் அதேபோதில் பாங்காகவும் அந்த அன்னை உடுத்தியிருந்தாள். ஒரு பெரிய சால்வையைப் போர்த்திக் கழுத்தருகே ஊக்கிட்டுக் குத்தியிருந்தாள்; தலையில் வைத்திருந்த குல்லாய், அவளுக்குக் குல்லாய் அணிந்து

பழக்கமில்லை என்பதைக் காட்டுவதாயிருந்தது. அவள் ஏந்திப் பிடித்து வந்த சிறிய வட்டத் தட்டில் தயாராகத் திறந்து வைக்கப்பட்ட ஒரு முழு ஷம்பெய்ன் மதுப்புட்டியும் இரண்டு கோப்பைகளும் - இரண்டே இரண்டு தான் - இருந்தன. அந்த மதுப்புட்டி இரண்டு விருந்தினர்களுக்கு மட்டும்தான் என்பது விளங்கிற்று.

அந்த அன்னை நேரே ஜெனரலிடம் சென்றாள்.

"மேதகையீர் மன்னித்தருள வேண்டும்" என்று கூறிவிட்டு வணங்கினாள். "என் மகனுடைய திருமணத்துக்கு வந்து சிறப்பிக்கும் தாங்கள், இன்பகரமான மணமக்களை வாழ்த்தி பானம் அருந்த வேண்டுமெனக் கேட்டுக் கொள்கிறேன், தயை புரிய வேண்டும்."

இவான் இலியீச்சுக்கு அவ்வன்னை இடுக்கண் களைபவளாக அங்கே வந்து சேர்ந்தாள். அவள் அப்படி ஒன்றும் அதிக வயதானவளல்ல, நாற்பத்தைந்து, நாற்பத்தாறு வயதுக்கு மேல் இருக்காது, அவள் முகம் இனிய சுபாவத்தைக் காட்டும், கள்ளங் கபடமில்லாத, களையுடன்கூடிய உருண்டையான ருஷ்ய முகமாகும். அவளுடைய புன்சிரிப்பும் இதமளிப்பதாக இருந்தது. இயற்கையான எளிய முறையில் குனிந்து அவள் வணக்கம் கூறினாள். இவான் இலியீச் உடனே ஓரளவு உற்சாகமடையலானார், அவருக்கு நம்பிக்கை பிறக்கலாயிற்று.

"ஓகோ, மகனின் தாயாரா?" என்று கூறி அவர் சோபாவிலிருந்து எழுந்தார்.

"எனது தாயார், மேதகையீர்" என்று பிசெல்தனீமவ் தனது நீண்ட கழுத்தை நீட்டியவாறு முணுமுணுக்கும் குரலில் கூறினான், மீண்டும் அவனுடைய மூக்கு துருத்திக்கொண்டு முன்னால் தெரிந்தது.

"அப்படியா? உங்களைத் தெரிந்து கொள்வது குறித்து மகிழ்ச்சி கொள்கிறேன், மிகமிக மகிழ்ச்சி கொள்கிறேன்."

"மேதகையீர், தயக்கம் வேண்டாம், ஒரு கோப்பை எடுத்துக் கொள்ளுங்கள்."

"மட்டற்ற மகிழ்ச்சி."

தட்டு கீழே வைக்கப்பட்டதும் பிசெல்தனீமவ் துள்ளிக் குதித்து முன்னே வந்து ஷம்பெய்னை ஊற்றினான். நின்று கொண்டிருந்த இவான் இலியீச் ஒரு கோப்பையைக் கையில் எடுத்துக்கொண்டார்.

“இந்த வாய்ப்புக் கிடைத்திருப்பது குறித்து ஆனந்தமடைகிறேன், அளவிலா ஆனந்தமடைகிறேன்” என்று ஆரம்பித்தார். “மனமார்ந்த வாழ்த்துக் கூறுகிறேன்... ஆம்... தலைமை அதிகாரி என்ற முறையில்... ‘திருவளர் செல்வியே’ (மணமகளின் பக்கம் திரும்பினார்) “உனக்கும், என் நண்பன் பர்ஃபீரியே, உனக்கும் வாழ்த்து கூறுகிறேன், நீங்கள் இருவரும் எல்லாப் பேறுகளையும் பெற்று இன்பம் தழைத்தோங்க நிறைவுடன் வாழ வேண்டு மென வாழ்த்துகிறேன்.”

மதுக் கோப்பையில் இருந்ததை ஆடம்பரமாக ஒரே வாயில் குடித்தார். அன்று அந்திக்குப்பின் அவர் குடித்த ஏழாவது கோப்பை அது. பிசெல்தனீமவின் முகம் ‘உம்’மென்று இருந்தது, கொஞ்சம் சிடுசிடுப்பாக இருந்ததென்று கூடச் சொல்லலாம். அவன் மீது ஜெனரலுக்கு அடங்காத வெறுப்பு மூண்டு வந்தது.

“நெடுமரம் போல நிற்கிறானே அதோ” என்று அந்த இராணுவ ஆபீசரைப் பார்த்தவாறு தன்னுள் நினைத்துக்கொண்டார். “ஏன் சும்மாயிருக்கிறான் அவன்? ஏதாவது வாழ்த்தொலி எழுப்பக் கூடாதா? யாவும் இனிதே நடந்தேறுமே...”

“அக்கீம் பெத்ரோவிச், நீங்களும் வாழ்த்துரைத்து பானம் அருந்த வேண்டாமா?” வயதான அவ்வன்னை தலைமைக் குமாஸ்தாவின் பக்கம் திரும்பி அவரை வேண்டினாள். “நீங்கள் அவனுடைய மேல் அதிகாரி, அவன் உங்களுக்குக் கீழ்ப்பட்டவன். என் மகனை நீங்கள் தான் பார்த்துக் கொள்ள வேண்டும், தாய் என்ற முறையில் உங்களை வேண்டுகிறேன். அக்கீம் பெத்ரோவிச், நீங்கள் ரொம்ப நல்லவர், வருங்காலத்தில் எங்களை நீங்கள் மறந்து விடக் கூடாது.”

“வயதான இந்த ருஷ்யத் தாய்மார்கள் மெய்யாகவே போற்றத்தக்கவர்கள்.” என்று இவான் இலியீச் நினைத்துக் கொண்டார். “இவ்வன்னை எல்லோரையும் உற்சாகமடையச் செய்து விட்டாரே. எப்பொழுதுமே நான் மக்களை நேசித்து வந்துள்ளேன்.”

அப்பொழுதுதான் மற்றொரு தட்டு மேசைமீது கொண்டு வந்து வைக்கப்பட்டது. மடமடப்பான கிரினொலின் மீது மடிப்புகளிட்டுத் தைத்த கோடிச் சீட்டித் துணி ஆடை சரசரக்க நடந்த ஒரு பெண் அதை எடுத்து வந்தாள். கைகளால் அதை அவள் அணைத்துப் பிடிக்க முடியாதபடி அவ்வளவு பெரிதாக இருந்தது அந்தத் தட்டு. ஆப்பிளும் சாக்லெட்டும் மிட்டாய்

வகைகளும் வால்னட்டும் மற்றும் பலவும் அடங்கிய எண்ணற்ற வட்டில்கள் இருந்தன. இதுவரை அந்தத் தட்டு வரவேற்பறையில் எல்லா விருந்தினர்களுக்கும் பொதுவாக, முக்கியமாகப் பெண்களுக்காக வைக்கப்பட்டிருந்தது. இப்பொழுது அது தனியே ஜெனரலுக்காக என்று எதிரே கொண்டுவந்து வைக்கப்பட்டது.

"மேதகையீர், வேண்டாமெனச் சொல்லக் கூடாது, எங்களிடம் இருப்பதைத் தங்களுக்கு அளித்து மகிழ்கிறோம்" என்று தலை வணங்கியவாறு வயதான அவ்வன்னை உபசரித்தாள்.

"நல்லாயிருக்கே நீங்கள் சொல்வது" என்று இவான் இலியீச் மகிழ்ச்சியுடன் ஒரு வால்னட்டை எடுத்து விரல்களால் அழுத்தி உடைத்தார். கடைசிவரை ஜனநாயக முறையில் பழகுவதென்ற தீர்மானத்துடன் அல்லவா வந்திருந்தார்.

இதற்கிடையில் மணப்பெண் திடுமெனக் கொக்கரித்துச் சிரித்தாள்.

"என்ன பெண்ணே, ஏன் சிரிக்கிறாய்?" என்று இவான் இலியீச் சிரித்த முகத்துடன், ஜீவனுக்கான அறிகுறியைக் கண்டு பூரிப்புற்ற முறையில் கேட்டார்.

"ஒன்றும் இல்லை, இவான் கொஸ்தென்கீனிச் சும்மாயிருக்காமல், சிரிப்பு மூட்டிவிட்டுக் கொண்டிருக்கிறான்" என்று பதிலளித்துக் கண்களைக் கவிழ்த்துக்கொண்டாள்.

நல்ல வடிவழகனாகிய மென்னிற முடிகளையுடைய இளைஞன் ஒருவன் சோபாவுக்குப் பின்னால் மறைவாக ஒரு நாற்காலியில் உட்கார்ந்து கொண்டு திருமதி பிசெல்தனீமாவின் காதுக்குள் ஏதோ குசுகுசுவென்று கூறிக்கொண்டிருந்ததை முன்பே ஜெனரல் கவனித்திருந்தார். இப்பொழுது அந்த இளைஞன் எழுந்து நின்றான். அவன் மிகவும் கூச்சப்படுகிறவன், மிகவும் இளமையானவன் என்பது தெரிந்தது.

"மேதகையீர், சொப்பனப் புத்தகத்தைப் பற்றி அவளிடம் சொல்லிக்கொண்டிருந்தேன்" என்று மன்னிப்புக் கேட்பவனைப் போல முணுமுணுக்கும் குரலில் சொன்னான்.

"சொப்பனப் புத்தகமா? அது என்ன புத்தகம்?" என்று கருணை மிக்கவராகக் கேட்டார் இவான் இலியீச்.

“புதிய சொப்பனப் புத்தகம்[7] ஒன்று வந்திருக்கிறது, இலக்கியத்தைப் பற்றியது. சொப்பனத்தில் ஒருவர் திருவாளர் பனாயெவைக் காண்பாரானால், அவர் தமது சட்டையின் முன்மடிப்பில் காப்பியை ஊற்றிக்கொள்வாரென அர்த்தமென்று அவளிடம் சொல்லிக் கொண்டிருந்தேன்.”

“இது என்ன பித்துக்குளித்தனம்” என்று நினைத்து இவான் இலியீச் உள்ளுக்குள் எரிச்சல் அடைந்தார். சற்றுமுன் பேசும் போது கூச்சம் பொறுக்க மாட்டாமல் அந்த இளைஞனுக்கு முகம் செக்கச் சிவந்துவிட்டது என்றாலும், திருவாளர் பனாயெவை இங்கு தான் குறிப்பிட்டுவிட்டது குறித்து அவன் அளவிலா ஆனந்தமடைந்தான்.

“ஆமாம், கேள்விப்பட்டிருக்கிறேன்...” என்றார் மேதகையர்.

“இதைவிடச் சிறப்பான இன்னொரு வெளியீடு ஒன்று இருக்கிறது” என்று இவான் இலியீச்சுக்கு அருகிலிருந்து ஒலித்தது ஒரு குரல். “புதிய சொற்களஞ்சியம் ஒன்று வெளிவரப் போகிறது, இதில் திருவாளர் கிரயேவ்ஸ்கி கட்டுரை எழுதுவதாகச் சொல்கிறார்கள்... அல்ஃபெராக்கி என்பவரைப் பற்றியும், நிந்தனை இலக்கியம் குறித்தும் அவர் கட்டுரைகள் எழுதப் போகிறாராம்.”[8]

---

7. இங்கு குறிப்பிடப்படுவது ‘தற்கால ருஷ்ய இலக்கியச் சொப்பனப் புத்தகம்’ முற்போக்கு சஞ்சி கையானசவ்ரிமேன்னிக்கின் ஆசிரியர்களாகிய நெக்ராசவையும்பனாயெவையும்கிண்டல் செய்தது இது. இதன் ஆசிரியரான கவிஞர் ஷெர்பீனா (1821-1868) இதைக் கையெழுத்துப் பிரதியாக வாசகர்களிடையே சுற்றவிட்டார் (ப-ர்)

8. நிந்தனை என்று பொருள் படும் (உச்சரிப்பு: அப்லிச்சீத்தெல்னயா) என்னும் ருஷ்யச் சொல்லுக்கு ‘a’ என்னும் எழுத்தே முதலெழுத்தாகுமென்று தவறாய்க் கருதிக்கொண்டு இந்தச் சொல்லை அகர முதலெழுத்துச் சொற்களின் வரிசையில் சேர்த்துவிடுகிறார். இந்தத் தொகுப்பாளர் கிரயேவ்ஸ்கி எழுத்திலக்கணம் அறியாதவர் என்று கிண்டல் செய்யப்படுகிறது.

கிரயேவ்ஸ்கி - ஒரு வர்த்தகர், கலை இலக்கியத் துறையுடன் சம்பந்தம் இல்லாதவர். 1861இல் “ருஷ்ய விஞ்ஞானிகளாலும் இலக்கியத் துறையினராலும் தயாரிக்கப்பட்ட கலைக் களஞ்சியத்தின் தலைமை ஆசிரியராக அரசாங்கத்தால் நியமிக்கப்பட்டார்.

- அல்ஃபெராக்கி-தகன்ரோக் நகரைச் சேர்ந்த வர்த்தகர், விஞ்ஞானம், கலை, இலக்கியம் இவற்றுடன் தொடர்பில்லாதவர் (ப-ர்)

இதைக் கூறியவர் ஓர் இளைஞர். அவர் சிறிதும் கூச்சப்படுகிறவராக இல்லை, அடக்கமில்லாதவராகவே காணப்பட்டார். கையுறைகளும் கையில்லாத வெள்ளைக் குட்டைக் கோட்டும் போட்டிருந்தார். தொப்பியைக் கையில் வைத்துக்கொண்டிருந்தார். நடனமாடாமல் அவர் அமைதலாய் யாவற்றையும் பார்த்துக் கொண்டிருந்தார், ஏனெனில் அவர் நகைச்சுவைப் பத்திரிகையான கொள்ளிக்கட்டை[9]யைச் சேர்ந்த எழுத்தாளர், முன்னுதாரணமாய் நடந்து கொண்டவர். தற்செயலாகவே இந்தத் திருமண விழாவுக்கு வந்திருந்தார். சிறப்பு விருந்தினராக அவரை பிசெல்தனீமவ் அழைத்திருந்தான். ஜெர்மன் மாது ஒருத்தி வாடகைக்கு விட்டிருந்த 'அறை மூலைகளில்' கடந்த ஆண்டில் இருவரும் பட்டினி கிடந்தபோது இவர்களுக்கிடையே பழக்கம் ஏற்பட்டிருந்தது. இந்த எழுத்தாளர் வோட்கா கிடைக்குமானால் வேண்டாமென விடுகிறவரல்ல. பின்பக்கத்தில் இருந்த ஒதுக்குப்புற அறைக்கு அடிக்கடி போய் விட்டு வந்தார், அங்கே போவதற்குரிய வழி எல்லோருக்கும் தெரிந்திருந்தது. அவரைப் பார்த்ததுமே ஜெனரலுக்கு அவரைக் கொஞ்சமும் பிடிக்கவில்லை.

சட்டையில் காப்பியை ஊற்றிக்கொள்வது பற்றிக்கூறிய அந்த மென்முடி இளைஞனை கொள்ளிக் கட்டை எழுத்தாளர் வெறுப்புணர்ச்சியுடன்தான் கருதி வந்தார். இப்பொழுது அந்த மென்முடி இளைஞன் திடுமெனக் குறுக்கிட்டுப் பேசினான்: "மேதகையீர், இதிலுள்ள நகைச்சுவை என்னவென்றால், திருவாளர் கிரயேவ்ஸ்கி எழுத்திலக்கணம் தெரியாதவர், நிந்தனை என்னும் சொல்லுக்கு அகரம்தான் முதலெழுத்தென நினைக்கிறார் என்பதுதான்..."

ஆனால் மென்முடி இளைஞன் தான் தொடங்கிய வாக்கியத்தைச் சொல்லி முடிப்பதற்குள் திண்டாடிப் போய்விட்டான். ஜெனரல் அவனைப் பார்த்த பார்வை இதெல்லாம் நெடுநாட்களுக்கு முன்பே தாம் கேட்டதுதான் என்பதைப் புலப்படுத்திற்று. இதைக் கண்டதும் இளைஞன் வெட்கமுற்றுக் குழம்பிப் போய்விட்டான். இதன்பின் விரைவில்

---

9. பீட்டர்ஸ்பர்கில் 1859-1873இல் வெளிவந்த புரட்சிகர ஜனநாயகப் போக்கு கொண்ட இஸ்க்ரா (தீப்பொறி) பத்திரிகையை தஸ்தாயேவ்ஸ்கி கொள்ளிக்கட்டை என்று கேலி செய்கிறார். (ப-ர்)

அங்கிருந்து நழுவிவிட்டான், அன்று எஞ்சிய பொழுது பூராவும் மிகவும் சோகமுற்றவனாய்க் காணப்பட்டான். கொள்ளிக்கட்டையின் துணிச்சல் மிகுந்த எழுத்தாளர் இப்பொழுது அவனுடைய இடத்துக்கு வந்து சேர்ந்தார், மேலும் மேலும் ஜெனரலை நெருங்கி வந்து அவருக்குப் பக்கத்தில் அமர்ந்துகொள்ள முயன்றார் என்பது தெரிந்தது. அவருடைய இந்தத் துணிச்சல் இவான் இலியீச்சுக்குச் சற்று அத்து மீறியதாகவே தோன்றியது.

ஏதாவது பேச வேண்டுமென்று விரும்பிய இவான் இலியீச் "ஆமாம், பர்ஃபீரி, இதைச் சொல்" என்று பேசமுற்பட்டார். "நெடுநேரமாக உன்னிடம் நான் இதைக் கேட்க வேண்டுமென்று இருந்தேன்: பிசெவ்தனீமவ்[10] என்பதற்கு பதில் ஏன் உன் பெயர் பிசெல்தனீமவ் என்றிருக்கிறது? உன் பெயர் பிசெல்தனீமவ் என்பதாகத் தானே இருக்க வேண்டும்?"

"மேதகையீர், இது குறித்து என்னால் திட்டவட்டமாகத் தகவல் அளிக்க முடியவில்லை" என்றான் பிசெல்தனீமவ்.

"அவன் தந்தை வேலையில் சேர்ந்த போது பத்திரங்களில் அவர்கள் குளறுபடி செய்திருப்பார்கள், அதனால் இப்பொழுது அவன் பிசெல்தனீமவ் என்று அழைக்கப்பட்டு வருகிறான். சில சமயம் இம்மாதிரி ஆவதுண்டு" என்று அக்கீம் பெத்ரோவிச் விளக்கினார்.

"அப்படித்தான் இருக்கும்" என்று ஆர்வமுடன் ஆமோதித்தார் ஜெனரல். "ஆம். ஏனென்றால் நீரே பாரும் - பிசெவ்தனீமவ் என்னும் பெயர் பிசெவ்தனீமவ் எனும் இலக்கியச் சொல்லிலிருந்து வருவதாகும். ஆனால் பிசெல்தனீமவ் என்பது அர்த்தமற்ற பெயராக அல்லவா இருக்கிறது?"

"அறியாமையிலிருந்து தோன்றிய பெயர் அது" என்றார் அக்கீம் பெத்ரோவிச்.

"யாருடைய அறியாமையிலிருந்து தோன்றியது என்கிறீர்?"

"ருஷ்ய மக்களுடைய அறியாமையிலிருந்து. அறியாமையின் காரணமாக அவர்கள் சில சமயம் எழுத்துக்களை மாற்றி, தமக்குரிய தனி வழியில் சொற்களை உச்சரிக்கிறார்கள் - எண்பதுக்குப் பதில்

---

10. பிசெவ்தனீம் என்பதற்குப் புனைபெயர் என்று பொருள் (ப-ர்)

தமிழில்: ரா. கிருஷ்ணய்யா | 47

எம்பளது என்கிறார்களே அது போல."

"ஆமாம், ஆமாம் எம்பளது, ஹி-ஹி-ஹி..."

"கயிதை என்றுகூட சொல்கிறார்கள், மேதகையீர்" என்று பலத்த குரலில் கூறினார், ஏதாவது சொல்லிச் சிறப்புப் பெற வேண்டுமென்று இவ்வளவு நேரமாகத் துடித்துக்கொண்டிருந்த அந்த நெட்டையான ஆபீசர்.

"கயிதையா? என்ன அது?"

"கழுதையைக் கயிதை என்கிறார்கள், மேதகையீர்."

ஓ, கழுதை கயிதையாகிவிடுகிறதா... நன்றாயிருக்கிறது, ஹி-ஹி-ஹி." - அந்த ஆபீசருக்காக வேண்டி இவான் இலியீச் இளித்துக்கொண்டார்.

அந்த ஆபீசர் தமது கழுத்து டையைச் சரி செய்து கொண்டார்.

"அவர்கள் இன்னொன்றும் கூறுகிறார்களே என்று ஆரம்பித்தார் கொள்ளிக்கட்டை பத்திரிகையின் ஆசிரியர். ஆனால் மேதகையர் அதைக் காது கொடுத்துக் கேட்கத் தயாராயில்லை. ஒவ்வொரு வருக்காகவும் ஒரு தடவை அவர் இளித்துக்கொள்ள முடியுமா?"

"குழந்தை என்பதற்குக் கொயந்தை என்கிறார்கள்" என்று அந்த எழுத்தாளர் கடுப்புடன் கூறி முடித்தார்.

இவான் இலியீச் அவரை முறைத்துப் பார்த்தார்.

"நீ ஏன் நடுவில் புகுந்து பேசுகிறாய்?" என்று பிசெல்தனீமவ் அந்த எழுத்தாளரின் காதுக்குள் கூறினான்.

"எல்லோரையும்போல் நானும் பேசினேன். பேசக்கூடாதென்றா சொல்கிறாய்?" என்று அவர் முணுமுணுக்கும் குரலில் அவனுக்குப் பதிலளித்தார். ஆனால் இதன்பின் அவர் வாய் திறக்கவில்லை, உள்ளுக்குள் கடுங்கோபங்கொண்டவராக அறையை விட்டு வெளியே சென்றுவிட்டார்.

பலரையும் கவர்ந்து வந்த அந்தப் பின்பக்க அறைக்கு அவர் நேரே போய்ச் சேர்ந்தார். விருந்தின் தொடக்கத்தில் நடனமாடிய ஆடவர்களுக்காக, பூ பின்னிய யாரஸ்லாவ்ல் விரிப்பு போட்ட ஒரு சிறு மேசையின்மீது அங்கே இருவகை

வோட்காவும் உப்பிலிட்ட மீனும் கவியாரும் விருவிருப்பான உள்நாட்டு ஷெர்ரி மதுப்புட்டியும் வைக்கப்பட்டிருந்தன. உள்ளத்தினுள் ஆத்திரம் பொங்க அவர் தமக்குக் கொஞ்சம் வோட்கா ஊற்றியெடுத்துக் கொண்டார். பிசெல்தனீமவின் திருமண விருத்தில் ஏனையோரைக் காட்டிலும் சிறப்பாக நடனமாடிய பறட்டை முடிகளையுடைய மருத்துவக் கல்லூரி மாணவனுக்கும் இந்த ஒதுக்குப்புற அறை தெரிந்திருந்தது. இப்பொழுது அவன் இங்கே ஓடிவந்து அவசரமாக மதுக் கோப்பையைக் கையில் எடுத்துக்கொண்டான்.

அவன் வேகமாக ஊற்றிக் குடித்தவாறு "இதோ ஆரம்பிக்கப் போகிறார்கள்! வந்து பாரேன்" என்றான். "கைகளில் நின்று நான் தனி நடனம் ஆடப் போகிறேன். சாப்பாட்டுக்கு பிறகு துணிந்து 'மீன் நடனம்' ஆடுவதென்று இருக்கிறேன். திருமண விருந்துக்கு மிகவும் பொருத்தமான நடனம் அது. பிசெல்தனீமவுக்கு நேச முறையில் குறிப்பு காட்டுவ தாயிருக்கும்... கிளியோபாத்ரா செமியோனவ்னா தங்கமானவள், அச்சமின்றி எதுவும் செய்யலாம் அவளிடம்."

"அந்த ஆள் ஒரு பிற்போக்காளர்" என்று பத்திரிகை எழுத்தாளர் வோட்காவைக் குடித்து விட்டுக் கடுப்புடன் பதிலளித்தார்.

"யார் பிற்போக்காளர்?"

"யார், மிட்டாய்த் தட்டை எதிரே கொண்டு வந்து வைத்தார்களே, அந்தப் பெரும்புள்ளியைத்தான் சொல்கிறேன். ஆம், பழுத்த பிற்போக்காளர் அந்த ஆள்."

"ஏன் இப்படிப் பேசுகிறாய்?" என்று முணுமுணுத்து விட்டு அறையிலிருந்து அந்த மாணவன் வெளியே ஓடினான். நடன இசை முழங்கிற்று.

தனியே விடப்பட்ட பத்திரிகை எழுத்தாளர் தமக்குத் துணிவும் தெம்பும் வரவழைத்துக் கொள்வதற்காக மீண்டும் கோப்பையை நிரப்பிக் குடித்து விட்டுத் தின்பதற்காக இருந்தவற்றில் ஒன்றை எடுத்து வாயில் போட்டுக்கொண்டார். அரசு உயர்நிலை ஆலோசகர் இவான் இலியீச்சுக்கு, கண்டது மே அப்படிப் பிடிக்காதவராகிவிட்ட இந்தக் கொள்ளிக்கட்டை பத்திரிகை எழுத்தாளரைப் போன்ற பொல்லாத பகைவர் ஒருவர், வஞ்சம் தீர்க்காமல் விடமாட்டேன் என்று வைராக்கியம்

தமிழில்: ரா. கிருஷ்ணய்யா | 49

பூண்ட - குறிப்பாக இரண்டு கோப்பை வோட்கா உள்ளே சென்றதும் இப்படியொரு வைராக்கியம் பூண்ட - வைரி ஒருவர் இதன்முன் என்றுமே இருந்ததில்லை. அந்தோ! இவான் இலியீச் இதை அறியாதவராகவே, எதிர்பாராதவராகவே இருந்தார். மற்றொரு முக்கிய உண்மையையும் அவர் அறிந்து கொள்ளவில்லை. ஆயினும் இவ்வுண்மை விருந்தினர்களுக்கும் மேதகையருக்கும் இனி இருக்கப்போகும் உறவுகளைப் பாதிப்பதாயிருந்தது. இவ்வுண்மை என்னவெனில், தமது சிப்பந்தியின் திருமணத்துக்குத் தாம் வர நேர்ந்தது குறித்துத் தமக்கு மிகவும் நியாயமானதாகவும், ஏன் மிகவும் விவரமானதாகவும் கூட, தோன்றிய ஒரு விளக்கத்தை அவர் அளித்திருந்தாலுங்கூட, உண்மையில் யாருக்கும் இந்த விளக்கம் திருப்தியளித்து விடவில்லை; விருந்தினர்களுடைய கலவர நிலைமறைந்து விடவில்லை; இன்னமும் அவர்கள் தயங்கிக்கொண்டுதான் இருந்தனர். பிறகு திடுதிப்பென்று மாயமாய் யாவும் மாறிவிட்டன. நொடிப் பொழுதில் தயக்கம் நீங்கி எல்லோரும் கலகலப்படைந்து விட்டனர். அழையாது வந்த அந்த விருந்தினர் அறையிலிருந்தே மறைந்துவிட்டது போல எல்லோரும் குதூகலிக்கவும் வாய்விட்டுச் சிரிக்கவும் குதூகலத்தோடு பேசவும் நடனமாடவும் தயாராகி விட்டனர். வந்திருந்த விருந்தினர் உண்மையில் கொஞ்சம். ஆம், குடிமயக்கத்தில் இருப்பதாக எப்படியோ ஒரு வதந்தி, இரகசியமாகக் காதோடு காதாகக் கூறிக் கொள்ளப்பட்ட ஒரு தகவல் பரவியதுதான் இதற்குக் காரணம். ஆரம்பத்தில் இது அபாண்டமான ஓர் அவதூறாகப் பலருக்கும் தோன்றிய தொன்றாலும், சிறிது சிறிதாய் வலுவுற்று நம்பத்தக்கதாக ஏற்றுக்கொள்ளப்பட்டது. இதன்பின் திடுமென யாவும் சந்தேகத்துக்கு இடமின்றி தெட்டத் தெளிவானதாகி விட்டது, உடனே விடுதலை பிறந்துவிட்டது போன்ற அற்புதமான ஒரு புத்துணர்ச்சி எல்லோருக்கும் உண்டாயிற்று. அதே கணத்தில் திரும்பவும் நடனம் ஆரம்பமாயிற்று, சாப்பாட்டுக்கு முன்னதான கடைசி நடனம் அது. மருத்துவக் கல்லூரி மாணவன் இதற்காகத்தான் பொறுக்க மாட்டாமல் அவ்வளவு ஆவலுடன் காத்திருந்தான்.

இந்த நேரத்தில்தான் இவான் இலியீச் மணப்பெண்ணுடன் மீண்டும் பேசிப் பார்ப்பதென்று முடிவு செய்து கொண்டார். இம்முறை சிலேடையாய் ஏதேனும் கூறி மகிழ்வித்து அவளைத்

தன்பால் ஈர்த்துக் கொள்வதென்று நினைத்தார். ஆனால் அதற்குள் அந்த நெட்டையான இராணுவ ஆபீசர் ஓடிவந்து ஒரு காலை மடித்து அவள் எதிரே மண்டியிட்டார். மணப்பெண் உடனே சோபாவிலிருந்து துள்ளியெழுந்து அவருடன் சேர்ந்து பறந்தோடி குவாட்ரில் நடன வரிசையில் சேர்ந்து கொண்டாள். அவளை அழைத்துச் செல்லுமுன் அந்த ஆபீசர் ஜெனரலிடம் மன்னிப்புக் கேட்க வேண்டுமென்று நினைக்கவே இல்லை, அவளும் ஜெனரலின் பக்கம் திரும்பிக்கூடப் பார்க்காமல் எழுந்து ஓடிவிட்டாள் - அவரை விட்டு விலகுவதில் அப்படி ஆனந்தம் கொண்டவளாக எழுந்து ஓடிவிட்டாள்.

"அதனால் என்ன? தன் உரிமைக்கு அப்பாற்பட்டது எதையும் அவள் செய்துவிடவில்லையே" என்று இவான் இலியீச் தன்னுள் கூறிக்கொண்டார். "இவர்களிடமிருந்து நாகரிகமான முறைகளை எதிர்பார்க்கக் கூடாது."

"உம்... அப்பனே பர்ஃபீரி, போதும் இந்த மரியாதை முறைகள் எல்லாம்" என்று பிசெல்தனீமவின் பக்கம் திரும்பியவாறு கூறினார். "நீ செய்ய வேண்டிய காரியம் எதாவது இருக்கும், தயவு செய்து போய் உன் வேலையைக் கவனி." (என்னுடைய மெய்க்காவலனாக வேலை பார்ப்பதாகவா நினைத்துக்கொண்டிருக்கிறான்? என்று தன்னுள் கூறிக்கொண்டார்.)

பிசெல்தனீமவின் நீண்ட கழுத்தும் பேந்தப் பேந்த விழிக்கும் கண்களும் சகிக்க முடியாதபடி அப்படி அவரைத் துன்புறுத்தின. சுருக்கமாகச் சொல்வதெனில், இவை யாவும் முன்பு அவர் கற்பனை செய்திருந்தது போல் சிறிதும் இருக்கவில்லை. ஆயினும் இன்னும் ஒத்துக்கொள்ளும் அளவுக்கு அவர் இவ்வுண்மையை வந்தாகவில்லை.

★★★

நடனம் ஆரம்பமாயிற்று.

அக்கீம் பெத்ரோவிச் அடக்கவொடுக்கமாக மதுப்புட்டியைக் கையில் எடுத்து "மேதகையீர், அனுமதிக்க வேண்டும்." என்று கூறி, அவருடைய கோப்பையில் ஊற்றப்போனார்.

"எனக்கா... எனக்கு வேண்டாம்... கொஞ்சமாய் வேண்டுமானால்..."

ஆனால் அக்கீம் பெத்ரோவிச் அதற்குள் இன்பக் களிப்புக்குரிய முகபாவத்துடன் ஷம்பெய்னை ஊற்றிக்கொண்டிருந்தார். மேதகையரின் கோப்பை நிரம்பியதும், யாருக்கும் தெரியாமல் திருட்டுத்தனமாகச் செய்வது போல், பதற்றத்தோடும் உதறலோடும் தமது கோப்பையிலும் ஊற்றிக்கொண்டார். ஆனால் ஒரேயொரு வித்தியாசம்: விளிம்பிலிருந்து அரை அங்குலம் குறைவாகவே தமது கோப்பையில் ஊற்றிக் கொண்டார். இது மேதகையருக்கு அதிக மரியாதை காட்டுவதாக இருக்குமென்று அவருக்குத் தோன்றியது. தமது அலுவலக அதிபரின் பக்கத்தில் உட்கார்ந்திருந்தது அவருக்குப் பிரசவ வேதனையாய் இருந்தது. என்ன பேசுவதென்று தெரியாமல் திண்டாடினார். மேதகையரின் பக்கத்திலே உட்காரும் கௌரவம் தமக்குக் கிடைத்திருந்ததால், தக்கபடி எதாவது பேசி அவரை மகிழ்விப்பது தமது கடமையாகும் என்பது விளங்கிற்று. ஷம்பெய்ன் மதுப் புட்டி பேச்சுக் கொடுப்பதற்கு அவருக்கு வாய்ப்பு அளித்தது. அதோடு ஷம்பெய்னைத் தாம் ஊற்றிக் கோப்பையை நிரப்பித் தர வேண்டுமென மேதகையர் விரும்பினார் என்பதும் தெரிந்தது. மேதகையர் இப்படி விரும்பியது ஷம்பெய்ன் குடிக்க வேண்டும் என்பதற்காக அல்ல - அந்த ஷம்பெய்ன் வெதுவெதுப்பாக, சகிக்க முடியாததாகவே இருந்தது - ஆத்மார்த்திக மனநிறைவுக்காக வேண்டியே இப்படி விரும்பினார்.

“கிழவர் குடிக்க விரும்புகிறார்” என்று இவான் இலியீச் நினைத்துக்கொண்டார். ஆனால் நான் குடிக்காமல் தாம் மட்டும் குடிப்பதற்குத் துணிச்சல் இல்லை. தடையாய்க் குறுக்கே நிற்க நான் விரும்பவில்லை. தவிரவும் இருவருக்கும் எதிரே மதுப்புட்டி இருக்கையில் குடிக்காமல் சும்மாயிருந்தால் நன்றாயிராது.”

இவான் இலியீச் தமது கோப்பையிலிருந்து கொஞ்சம் பருகினார். ஒன்றும் செய்யாமல் சும்மாயிருப்பதைக் காட்டிலும் இது எவ்வளவோ தேவலை என்று நினைத்தார்.

“நான் இங்கே... தற்செயலாக வந்தவன்...” என்று இடையிடையே நிறுத்தி சொற்களை அழுத்தம் திருத்தமாக உச்சரித்தார். “சில பேர் நினைக்கக்கூடும். அதாவது... இது

போன்ற... ஒரு கேளிக்கையில் நான் கலந்து கொள்வது சரியல்ல என்று நினைக்கக்கூடும்."

அக்கீம் பெத்ரோவிச் மௌனமாயிருந்தார், பணிவன்புமிக்க ஆவலுடன் கேட்டுக்கொண்டிருந்தார்.

"நான் ஏன் இங்கு வந்திருக்கிறேன் என்பது உமக்குப் புரியுமென்று நினைக்கிறேன். குடிப்பதற்காக வந்திருக்கிறேன் என்று நினைக்கமாட்டீர் அல்லவா? ஹி-ஹி"

அக்கீம் பெத்ரோவிச் மேதகையருடன் சேர்ந்து இளித்துக் கொள்ளவே விரும்பினார், ஆனால் ஏனோ தெரியவில்லை அவரால் முடியவில்லை. ஆறுதல் அளிக்க வல்லதாக அவரால் எதுவும் சொல்ல முடியாமல் திரும்பவும் திண்டாடினார்.

"நான் ஏன் இங்கு வந்திருக்கிறேன் என்றால்... ஊக்கமளிப்பதற்காக என்று சொல்லலாம்... - ஆத்மார்த்திகக் குறிக்கோள்களைப் புலப்படுத்துவதற்காக என்று சொல்லலாம்." அக்கீம் பெத்ரோவிச்சின் அசட்டுத்தனமான மௌனத்தைக் கண்டு எரிச்சலுற்ற இலான் இலியீச் தொடர்ந்து பேசினார். ஆனால் அந்த அப்பாவி மனிதர் அக்கீம் பெத்ரோவிச் குற்றம் புரிந்து விட்டவரைப்போல் பதற்றத்துடன் கண்களைக் கவிழ்த்துக் கொள்வதைக் கவனித்தும் அவரும் மௌனமாகிவிட்டார். பிறகு சற்றுக் குழப்பத்துடன் அவசரமாகத் தமது கோப்பையை எடுத்து இன்னும் கொஞ்சம் அருந்தினார். அக்கீம் பெத்ரோவிச் தாம் தப்புவதற்கு இது ஒன்றே வழியெனக் கருதுகிறவரைப் போல, மதுப்புட்டியை உடனே எடுத்து ஜெனரலுடைய கோப்பையை நிரப்பினார்.

"உமக்குச் சாமர்த்தியம் அதிகம் இருப்பதாகத் தெரியவில்லையே" என்று நினைத்தவாறு இவான் இலியீச் அந்த அப்பாவி மனிதர் அக்கீம் பெத்ரோவிச்சைக் கடுப்புடன் உற்றுப் பார்த்தார். ஜெனரலின் கண்டிப்பு மிக்க பார்வை தம்மீது படிந்திருப்பதை உணர்ந்த அக்கீம் பெத்ரோவிச் இனி ஒரு வார்த்தையும் பேசக் கூடாது, கண்களை உயர்த்திப் பார்க்கவும் கூடாது என்று தீர்மானித்துக்கொண்டு விட்டார். தொடர்ந்து இரு நிமிடங்களுக்கு இருவரும் இந்நிலையில் உட்கார்ந்திருந்தனர். அக்கீம் பெத்ரோவிச்சுக்குப் பிராணாவஸ்தையாயிருந்த இரு நிமிடங்கள் அவை.

அக்கீம் பெத்ரோவிச்சைப் பற்றி ஒருசில வார்த்தைகள். அவர் கோழிக்குஞ்சு போல் அவ்வளவு சாதுவானவர், பழங்காலத்து மனிதர், அடிபணிந்து வாழ்ந்தே பழக்கப்பட்டவர். ஆயினும் அவர் மிகவும் நல்லவர் என்பதுடன் நற்குண சீலர் என்றுங்கூடச் சொல்லலாம். பீட்டர்ஸ்பர்க் ருஷ்யர் அவர், அதாவது அவர் தந்தையும் தந்தையின் தந்தையும் பீட்டர்ஸ்பர்கில் பிறந்து வளர்ந்தவர்கள், இங்கேயே வேலை செய்தவர்கள், இந்நகரை விட்டு வெளியே எங்கும் சென்றிராதவர்கள். ருஷ்யர்களில் இவர்கள் ஒரு தனி ரகம். ருஷ்யாவில் என்ன நடைபெறுகிறதென்று ஏதும் அறியாதவர்கள் என்பதோடு, தமது இந்த அறியாமை குறித்து கொஞ்சமும் கவலைப்படாதவர்கள். இவர்களுடைய நாட்டம் பீட்டர்ஸ்பர்குக்கு அப்பால், ஏன், இவர்கள் வேலை செய்யும் அலுவலகத்துக்கு அப்பால் செல்வதில்லை. இவர்களுடைய அக்கறையெல்லாம் சல்லிக் காசுச் சீட்டாட்டமும், பெட்டிக் கடைகளும், தமது மாதச் சம்பளங்களும் தான். ருஷ்யப் பழக்க வழக்கங்கள் இவர்களுக்குத் தெரியாது, ருஷ்யப் பாட்டுகளும் தெரியாது - ஒரேயொரு விதிவிலக்காய் 'லுச்சீனுஷ்கா' பாட்டைக் குறிப்பிடலாம், இந்தப் பாட்டுங்கூட இசைக் கலம் வாசித்து ஊர் ஊராகத் திரியும் பாடகர்கள் தெருவில் பாடிச் செல்வதால்தான் இவர்களுக்குத் தெரிய வந்தது. இரண்டு முக்கிய இயல்புகளைக் கொண்டு நீங்கள் பீட்டர்ஸ்பர்க் ருஷ்யர்களை மெய்யான ருஷ்யர்களிடமிருந்து இனம் கண்டு கொண்டு விடலாம். முதலாவது இயல்பு: பீட்டர்ஸ்பர்க் ருஷ்யர்கள் எல்லோரும் ஒருவர் பாக்கியில்லாமல் பேரவைச் செய்தியேடு என்பார்களே ஒழிய, ஒருபோதும் பீட்டர்ஸ்பர்க் செய்தியேடு[11] என்று சொல்ல மாட்டார்கள். இதே அளவுக்கு முக்கியமான இரண்டாவது இயல்பு: பீட்டர்ஸ்பர்க் ருஷ்யர் எவரும் காலை உண்டு என்னும் தொடரை உபயோகிக்கவே மாட்டார்; எப்பொழுதும் "ஃபிரிஷ்டிக்" என்பதாகவே குறிப்பிடுவார், அதுவும் பிரி என்கிற அசையை விசேஷமாய் அழுத்தியே உச்சரிப்பார். அத்தியா வசியமான இவ்விரு தனி இயல்புகளையும் கொண்டு எப்பொழுதும் நீங்கள் இவர்களை அடையாளம் தெரிந்து கொண்டு விடலாம். சுருங்கச் சொன்னால் இவர்கள் கடந்த

11. பீட்டர்ஸ்பர்க் செய்தியேடு விஞ்ஞானப் பேரவையின் சார்பில் தனியார் பதிப்பகங்களால் வெளியிடப்பட்டது (ப-ர்)

முப்பத்தைந்து ஆண்டுகளில் உருவாகி இறுதி வடிவம் பெற்ற அடக்கவொடுக்கமான ரகத்தவர்கள். ஆனால் அக்கீம் பெத்ரோவிச் எவ்வகையிலும் முட்டாளல்ல. அவருடைய துறைக்கு உட்பட்ட எதையேனும் குறித்து ஜெனரல் அவரைக் கேட்டிருந்தால், நிச்சயம் அவர் விடையளித்திருப்பார், உரையாடலும் சுணக்கமின்றி நடைபெற்றிருக்கும். மேதகையரின் தற்போதைய நோக்கங்கள் குறித்து மேலும் தெரிந்து கொள்ள வேண்டுமென்று அக்கீம் பெத்ரோவிச் துடித்துக்கொண்டிருந்தார் என்றாலுங்கூட, கீழ்ப்பட்ட நிலையிலுள்ள அவர் இத்தகைய கேள்விகளைக் கேட்பது சரியல்லவே.

இதற்கிடையில் இவான் இலியீச் மேலும் மேலும் சிந்தனையில் மூழ்கிச் சென்றார், சுழித்தோடிய எண்ணங்களால் இழுத்துச் செல்லப்பட்டுவந்தார். அந்த மெய்மறந்த நிலையில் என்ன செய்கிறோம் என்று தெரியாமலே, முழு நேரமும் தமது கோப்பையை மீண்டும் மீண்டும் எடுத்து பானம் அருந்திய வண்ணமிருந்தார். அக்கீம் பெத்ரோவிச்சும் சளைக்காமல் அவருடைய கோப்பையை நிரப்பிக் கொண்டிருந்தார். இருவரில் யாரும் பேசவே இல்லை. இவான் இலியீச் நடனத்தைக் கருத்துடன் உற்றுநோக்க முற்பட்டு விட்டார். இருந்தாற்போல் இருந்து அது அவருடைய கவனத்தை அப்படி ஈர்த்துவிட்டது. மேலும் மேலும் அது அவரை வியப்புறச் செய்யலாயிற்று.

நடனம் தங்குதடையற்றதாகி வெறியூட்டும் களியாட்டமாகிச் சென்றது. நடனமாடியோர் மற்றவை யாவற்றையும் மறந்து முழுமனத்துடன் இதில் ஈடுபட்டுக் களிப்புற்றனர், ஆசை தீர ஆடி மகிழ்வதென உறுதி பூண்டு விட்டனர். ஆடவர்களில் மிகச் சொற்பமானோர்தான் திறமையாக ஆடினர், ஆயினும் தாறுமாறாக ஆடியோரும் திறமை மிக்கோராகக் கருதப்படும்படி அப்படி பலமாகத் தரையைத் தட்டி ஆடினர். முக்கியமாக அந்த இராணுவ ஆபீசரின் ஆட்டம் சிறந்து விளங்கிற்று. அவர் தனித்து ஒற்றையாள் நடனம் ஆடுவதில் மிகுந்த ஆர்வம் காட்டினார். அப்பொழுது அவருடைய நடனம் வியக்கத்தக்கதாக இருந்தது - கம்பம்போல் நேராக நிமிர்ந்து நின்றார், பிறகு திடுமெனப் பக்கவாட்டில் விழுகிறவரைப்போல் சாய்ந்தார், மறுகணமே வெடுக்கென நிமிர்ந்து எதிர்ப் பக்கத்தில் தரையோடு குறுங்கோணமாகிவிடும்படிச் சாய்ந்தார். தமது ஆட்டத்திறனை எல்லோரும் மெச்சுகிறார்கள் என்ற முழு நம்பிக்கை அவருடைய முகபாவத்தில் தெரிந்தது. மற்றோர் ஆட்டக்காரரர் நடனம்

தொடங்குமுன் அதிகமாகக் குடித்திருந்ததால் முதலாவது அணிநடனம் முடிவடைந்ததுமே தமது ஆட்டக் கூட்டாளியின் எதிரே தூங்கி விழுந்துவிட்டார். ஆகவே அந்தப் பெண் அதன்பின் தனியே ஆடிச் செல்ல வேண்டியதாயிற்று. நீலத் துப்பட்டா அணிந்த சீமாட்டியுடன் சேர்ந்து ஆடிய இளம் பதிவாளர் அன்று மாலை ஆடப்பட்ட ஐந்து நடனங்களிலும் தவறாமல் ஒரே உத்தியைத் திரும்பத் திரும்பக் கையாண்டு வந்தார். அந்தச் சீமாட்டிக்குச் சற்றுப் பின்னால் சென்று அவளுடைய துப்பட்டாவின் முனையைப் பிடித்துக் கொண்டார், பிறகு கூட்டாளிகளை மாற்றிக்கொள்ள வேண்டிய நேரம் வந்ததும் பத்துப்பன்னிரண்டு தரம் அந்தத் துப்பட்டாவில் முத்தமிட்டார். எதையும் கவனிக்காதவள் போல அந்த சீமாட்டி அவருக்கு முன்னால் போய்க்கொண்டிருந்தாள். மருத்துவக் கல்லூரி மாணவன் மெய்யாகவே கைகளைத் தரையில் ஊன்றி ஒற்றையாள் நடனம் ஆடி உற்சாக ஆரவாரத்தையும் கால் தட்டல்களையும் மகிழ்ச்சிக் கூச்சல்களையும் கிளர்ந்தெழச் செய்தான். சுருங்கக் கூறின் தங்குதடையற்ற மனோபாவம் நிலவிற்று, ஷம்பெய்னின் விறுவிறுப்பு தலைக்கேறியிருந்த இவான் இலியீச் மகிழ்ச்சிப் புன்னகை புரியப் போனார், ஆனால் அப்பொழுதுதான் ஒரு சந்தேகம் அவர் உள்ளத்தைப் பீடித்துக்கொண்டு அவரை வதைக்க முற்பட்டது. அவர்கள் எல்லோரும் தங்குதடையின்றி கலகலப்பாக இருக்க வேண்டும், மகிழ வேண்டும் என்றுதான் அவர் விரும்பினார். முதலில் அவரைப் பார்த்ததும் அவர்கள் மிரண்டு போய் ஒதுங்கிய போது அவர் இப்படிப்பட்ட கலகலப்பும் மகிழ்ச்சியும் நிலவ வேண்டு மென்றுதான் மனமார விரும்பினார். ஆனால் இப்பொழுது இந்தக் கலகலப்பு எல்லா வரம்புகளையும் கடந்து மித மிஞ்சியதாகி வந்தது. உதாரணமாக, நீலநிற வெல்வெட் கவுன் அணிந்த ஒரு பெண் எத்தனையோ கைமாறி மிகப் பழசாய்விட்ட அந்த கவுனின் அடி விளிம்பை ஆறாவது ஆட்டத் தொடரின்போது மடக்கி மேலே இழுத்து ஊக்கு போட்டுக் குத்திக் கொண்டுவிட்டாள், தொளதொளப்பான குட்டைக் காற்சட்டை அணிந்தவள் மாதிரி இருந்தது அவளைப் பார்ப்பதற்கு. அவள் யாருமல்ல, தயங்காமல் அவளுடன் எதுவும் செய்யலாம் என்று மருத்துவக் கல்லூரி மாணவன் முன்பு சொன்னானே அதே கிளியோபாத்ரா செமியோனவ்னாதான்.

அந்த மருத்துவக் கல்லூரி மாணவனைப் பொறுத்தவரை அசல் ஃபோக்கின்[12] மாதிரியே அவன் நடந்து கொண்டான் என்பதற்கு மேல் அதிகம் சொல்ல வேண்டியதில்லை. என்னென்பது இதை! முதலில் இவர்கள் மிரண்டு போய் ஒதுங்கிச் சென்றார்கள், பிறகு திடுமென இப்படிக் கட்டுக் கடங்காதவர்களாகி விட்டனர். கண்டனத்துக்குரிய குற்றமல்ல என்றாலும் கூட இந்த மாற்றம் இப்படித் திடுதிப்பென ஏற்பட்டிருக்க வேண்டியதில்லை. இது நல்லதற்கல்ல என்பதாக அவருக்கு ஓர் அச்சம் ஏற்பட்டது. இவான் இலியீச் அங்கு இருப்பதையே மறந்துவிட்டார்களோ என்றல்லவா நினைக்க வேண்டியிருந்தது. ஆயினும் அவர் எல்லோருக்கும் முன்னதாகச் சிரிக்கவே செய்தார். ஏன் பாராட்டு முழக்கமிடும் அளவுக்குங்கூடச் சென்றார். அவருடன் சேர்ந்து அக்கீம் பெத்ரோவிச்சும் பணிவுடன் இளித்துக்கொண்டார். மேதகையருக்கு ஏற்பட்டு வந்த புதிய மனக்கசப்பைச் சிறிதும் அறியாமலே அக்கீம் பெத்ரோவிச் திருப்தியுடன் இளித்துக்கொண்டார்.

நடனம் முடிவடைந்ததும் தம்மைக் கடந்து சென்ற மாணவனைப் பார்த்து இவான் இலியீச் ஏதாவது சொல்ல வேண்டுமென்று கருதி "இளைஞனே, நீ நன்றாய் நடனமாடுகிறாயே" என்றார்.

உடனே அம்மாணவன் வெடுக்கென அவர் பக்கம் திரும்பிக் கோப்பு காட்டிவிட்டு துடுக்குத்தனத்துடன் மேதகையரின் முகத்துக்கு அருகே தன் முகத்தைக்கொண்டு வந்து உச்சக்குரலில் சேவலைப் போலக் கூவினான். இது அத்து மீறிய துடுக்குச் செயல் என்பதில் சந்தேகமில்லை. இவான் இலியீச் எழுந்து நின்றுவிட்டார். அப்படியும் கட்டுக்கடங்காத சிரிப்பொலி நாற்புறமிருந்தும் எழுந்தது, ஏனெனில் இளைஞன் கூவியது அவ்வளவு இயற்கையாக இருந்ததென்பதுடன், யாரும் எதிர்பாராதபடி அப்படித் திடுமென அவன் இந்தக் குறும்பைச் செய்துவிட்டான். இவான் இலியீச் பிரமித்துப் போய் நின்று கொண்டிருந்த அந்த நேரத்தில் பிசெல்தனீமவ் வணங்கியவாறு அவரிடம் வந்து சாப்பிட வரும்படி வேண்டினான்: அவனுக்குப் பின்னால் அவனுடைய தாயும் வந்து நின்றார்.

"தேவரீர்... மேதகையீர், எங்களுடைய எளிய விருந்தை வேண்டாமெனக் கூறாமல் தாங்களும் வந்தமர்ந்து எங்களைச்

---

12. அக்காலத்தில் பீட்டர்ஸ்பர்கின் பெயர்பெற்ற நாட்டியக்காரர் (ப-ர்)

சிறப்பிக்க வேண்டும்" என்று தலைகுனிந்து வணங்கியவாறு அவ்வன்னை கேட்டுக்கொண்டாள்.

"இல்லை... நான்... நான்..." என்றார் இவான் இலியீச். "இதற்காக அல்ல நான் இங்கு வந்தது... நான்... விடைபெற்றுக் கொண்டு புறப்படலாமென்று எழுந்தேன்..."

மெய்யாகவே அவர் புறப்படுவதற்காகக் கையில் தொப்பியை வைத்துக்கொண்டு தயாராக நின்றார். என்ன நேர்வதாயினும் இனி இங்கிருப்பதில்லை, புறப்பட்டுவிடுவதென்று அந்தக் கணம்தான் அவர் தம்முள் தீர்மானம் செய்திருந்தார் - ஆயினும் புறப்படாமலே தங்கிவிட்டார். இதன் பின் ஒரு நிமிடத்துக்கெல்லாம் எல்லோருக்கும் முன்னிலையிலே நடந்து சாப்பாட்டு மேசையை நோக்கிச் சென்றார். பிசெல்தனீமவும் அவன் தாயும் முன்னால் சென்று அவருக்கு வழி ஒதுக்கிவிட்டனர். மிகவும் சிறப்பான இடத்தில் அவரை உட்கார வைத்தனர். இன்னும் திறக்கப்படாத ஷம்பெய்ன் மதுப்புட்டி மீண்டு மோர் முறை அவருக்கு முன்னால் கொண்டு வந்து வைக்கப்பட்டது. மேசையின் மீது சிற்றுண்டிகளும் வோட்காவும் இருந்தன. கையை நீட்டி அவர் ஒரு பெரிய கிளாஸில் வோட்காவை ஊற்றி மடமடவெனக் குடித்தார். வோட்கா குடித்து அவருக்குப் பழக்கமில்லை. மலையிலிருந்து கீழே உருளுவது போன்ற, மேலும் மேலும் வேகமாக உருளுவது போன்ற ஓர் உணர்ச்சி அவருக்கு உண்டாயிற்று. தாம் கீழே உருண்டோடுவதை நிறுத்த வேண்டும், எதையாவது கெட்டியாகப் பிடித்துக்கொள்ள வேண்டும் என்று தான் நினைத்தார், ஆனால் பிடித்துக்கொள்ள அங்கு எதுவும் இல்லை.

அவருடைய நிலைமை மேலும் மேலும் கேலிக்குரியதாக வக்கரித்துச் சென்றது. விதியின் விளையாட்டோ என்று நினைக்க வேண்டியிருந்தது. ஒரேயோரு மணி நேரம், அதற்குள் அவருக்கு ஏன் இப்படி ஆக வேண்டும் ஆண்டவனுக்குத் தான் தெரியும். இந்த வீட்டுக்குள் அடியெடுத்து வைத்த போது அவர் மனித குலத்தவர் எல்லோரையும், தமக்குக் கீழ்ப்பட்ட எல்லாச் சிப்பந்திகளையும் கட்டித் தழுவி அன்பு செலுத்தத் தயாராயிருந்தார். ஒரு மணி நேரம்கூட ஆகவில்லை, அதற்குள் தாம் பிசெல்தனீமவை வெறுப்பதையும், அவனையும் அவன் மனைவியையும் அவனுடைய திருமணத்தையும் சபிப்பதையும் இதயத்தில் துயரம் பொங்க

அவர் ஒத்துக்கொள்ள வேண்டியதாகிவிட்டது. அது மட்டுமல்ல, பிசெல்தனீமவின் முகபாவனையிலிருந்தே, அவனுடைய கண்களின் பார்வையிலிருந்தே அவனும் தம்மை இதே அளவுக்கு வெறுத்தான் என்பதை அவர் காண முடிந்தது. அவன் பார்த்த பார்வை "உமது தலையில் இடி விழ! நாசமாய்ப் போக! ஏன் இப்படி என் உயிரை வாங்குகிறீர்?" என்று அல்லவா கூறிற்று? பிசெல்தனீமவின் பார்வையில் இது தொனித்ததை இவான் இலியீச் நெடுநேரத்துக்கு முன்பே உணர்ந்து கொண்டு விட்டார்.

ஆயினும் விருந்து மேசையின் முன்னால் அமர்ந்திருந்த இவான் இலியீச் இப்பொழுதுகூட இதுதான் உண்மை நிலைமை என்பதைத் தமது மனத்துள்ளுங்கூட ஒத்துக்கொள்ள இசைந்திருக்க மாட்டார், அதைக் காட்டிலும் தமது கை வெட்டியெறியப்படுவதற்கு இசைவதே மேல் என நினைத்திருப்பார். உண்மையை ஒத்துக் கொள்வதற்குரிய தருணம் இன்னும் வந்தாகவில்லை, ஒருவகையான ஆத்மார்த்திகச் சமநிலை இன்னமும் நிலவி வந்தது, ஆனால் அவர் இதயம். அவர் இதயம் அப்படி வேதனையுற்றது. விடுதலைக்காக, காற்றுக்காக, ஓய்வுக்காக ஏங்கித் தவித்தது. ஆம், இவான் இலியீச் மெய்யாகவே அன்பு உள்ளம் கொண்டவர், தெரியுமா?

அவருக்குத் தெரியும், மிக நன்றாகத் தெரியும் - நெடுநேரத்துக்கு முன்பே தாம் சென்றிருக்க வேண்டும், தப்பித்தோம் பிழைத்தோமென ஓட்டமாய் ஓடியிருக்க வேண்டும் என்பது தெரியும். வெளியே தெருவில் நின்று கற்பனை செய்தது போல இம்மியளவுங்கூட எதுவும் நடைபெறவில்லை என்பதும் அவருக்குத் தெரிந்துதான் இருந்தது.

"எதற்காக இங்கு வந்தேன்? சாப்பிடுவதற்காகவும் குடிப்பதற்காகவுமா?" என்று தம்மைத் தாமே கேட்டுக்கொண்டு, தட்டிலிருந்த ஹெர்ரிங் மீனை எடுத்துக் கடித்தார். தம்மைத் தாமே நிந்தனை செய்துகொள்ளும் அளவுக்குச் செல்ல முற்பட்டார். தாம் மேற்கொண்ட அருஞ்செயலைப் பழித்துப் பரிகாசம் செய்யும் ஏளன மனோபாவம் கணப்பொழுதுக்கு அவரைப் பீடித்துக் கொண்டது. தாம் இங்கு வந்த காரியம் என்ன என்று திகைப்புடன் கேட்டுக்கொண்டார்.

"அது எப்படிப் புறப்பட்டுப் போக முடியும்? வந்த காரியத்தைச் செய்யாமலே புறப்பட்டுப் போவது எப்படி? அவர்கள் என்ன சொல்வார்கள் தெரியுமா? தகாத இடங்களுக்கு

தமிழில்: ரா. கிருஷ்ணய்யா | 59

எல்லாம் போய்க் கொண்டிருக்கிறேன் என்றல்லவா சொல்வார்கள்? வந்த காரியத்தை நான் செய்து முடிக்காமல் புறப்பட்டு விட்டால் அப்படித்தானே நினைக்கத் தோன்றும்? ஸ்தெப்பான் நிக்கீஃபரவிச், செமியோன் இவானவிச், மற்றும் அலுவலகத்திலுள்ள மற்றவர்கள் எல்லோரும், அந்த ஷெம்பெல்களும் ஷுபின்களும் நாளைக்கு என்னவெல்லாம் பேசிக்கொள்வார்கள், தெரியுமா? (நிச்சயம் இந்த விவகாரம் எல்லோருக்கும் தெரியத்தானே போகிறது) இல்லை, இல்லை, நான் இங்கு எதற்காக வந்தேன் என்பதை எல்லோரும் புரிந்து கொள்ளும்படிச் செய்துவிட்டு தான், எனது ஆத்மார்த்திகக் குறிக்கோளைத் தெளிவாகப் புலப்படச் செய்துவிட்டுத்தான் இங்கிருந்து நான் செல்ல வேண்டும். "ஆனால் இதைச் செய்வதற்குரிய தக்க சந்தர்ப்பம் வருவதாக இல்லை. இவர்கள் என்னை மதிப்பதாகக்கூடத் தெரியவில்லையே" என்று மேலும் தொடர்ந்து அவர் சிந்திக்கலானார். "எதற்காக இப்படி இவர்கள் சிரிக்கிறார்கள்? கூச்சம் இல்லாதவர்களாக இருக்கிறார்களே! உணர்ச்சி நயமற்றவர்களாக இருப்பார்கள் போல் இருக்கிறதே. ஆம், இளந்தலைமுறையினர் உணர்ச்சி நயமற்றோராய் இருப்பதாகத்தானே நான் பல காலமாக நினைத்துவந்தேன். என்ன நேர்வதாயினும் நான் இங்கு இருந்தே ஆக வேண்டும். நடனத்தை முடித்துவிட்டு எல்லோரும் இப்பொழுது சாப்பாட்டு மேசையின்முன் கூடிவிட்டதால், இனி நான் இவர்களுக்குப் பலவற்றையும் எடுத்துரைக்கலாம். பிரச்சினைகளையும் சீர்திருத்தங்களையும் ருஷ்யாவின் மகத்துவத்தையும் எடுத்துரைக்கலாம். இனியும் இவர்களை நான் கவர்ந்திழுத்துக்கொள்வேன். நிச்சயம் செய்து காட்டுவேன்! ஆம், ஒன்றும் கெட்டுவிடவில்லை எதார்த்த வாழ்க்கையில் எப்பொழுதும் இப்படித்தான் யாவும் நடந்தேறும் போலும். நான் எப்படித் தொடங்க வேண்டும்? இவர்களைக் கவர்ந்திழுக்க நான் என்ன செய்ய வேண்டும்? எந்த வழியைக் கையாள வேண்டும்? எனக்குத் திகைப்பாகத்தான் இருக்கிறது; ஆம், திகைப்புற்றுத் தவிக்கிறேன். அவர்கள் விரும்புவது என்ன? என்ன வேண்டுமென்று கோருகிறார்கள். அதோ அங்கே அவர்கள் சிரிக்கிறார்கள், தெரிகிறது எனக்கு. என்னைப் பார்த்தா சிரிக்கிறார்கள்? – அட தெய்வமே! மெய்தானா. இது? ஆனால் நான் விரும்புவது என்ன? இங்கே ஏன் வந்தேன்? ஏன் புறப்பட்டுச் செல்லாமல் இருக்கிறேன்? நான் சாதிக்க முயலுவது

என்ன?"இப்படி எல்லாம் அவர் சிந்தித்துக்கொண்டிருந்தபோது, ஒரு வகை வெட்க உணர்ச்சி, மிகவும் கூர்மையான, பொறுக்க முடியாத வெட்க உணர்ச்சி மேலும் மேலும் ஆழமாய் அவர் இதயத்தை அரித்துச் சென்று வருத்திற்று.

ஆனால் யாவும் அவற்றுக்குரிய வரிசையில் ஒன்றன்பின் ஒன்றாக நடந்தேறின.

சாப்பாட்டு மேசையின் முன்னால் அவர் உட்கார்ந்து இரண்டு நிமிடங்களுக்கு எல்லாம் பீதியூட்டும் ஓர் எண்ணம் அவர் மனத்துள் உதித்து அவரைக் கதி கலங்கச்செய்தது. குடியின் போதை பயங்கரமாகத் தம் தலைக்கேறிவிட்டதை அவர் திடுமென உணரலானார்; முன்பு போலல்ல, இப்பொழுது அறவே நிதானம் இழக்கும் அளவுக்கு போதையுற்றுவிட்டோம் என்பதை அறியலானார். ஷம்பெய்னை அடுத்து ஒரு கிளாஸ் வோட்கா குடித்ததால் வந்த வினை இது, வோட்கா உடனே தன் கைவரிசையைக் காட்டிவிட்டது. மயக்கத்தின் இறுதிக் கட்டத்தினுள் சரிந்து செல்கிறோம் என்பது அவர் மனதுக்குத் தெரிந்தது. திடுமெனக் குருட்டுத் துணிச்சல் அதிகரித்துவிட்டதென்றாலுங்கூட, அவர் நெஞ்சின் குறுகுறுப்பு அவரை வாட்டி வருத்திற்று: "இது நன்றாயில்லை, கொஞ்சமும் நன்றாயில்லை, வெட்ககரமானது" என்று அவருடைய உள்மனம் ஓயாது புலம்பிற்று. குடி மயக்கத்தில் எழுந்த இந்தச் சிந்தனைகள் நிலை கொள்ளாது ஊசலாடிய வண்ணமிருந்தன: திடுமென அவருள் இரு தரப்புக்கள் தோன்றி விட்டன, திட உருவம் கொண்டதாக நினைக்கும்படி அவை அவ்வளவு துல்லியமாயிருந்தன. ஒரு தரப்பில் குருட்டுத் துணிச்சலும் வெற்றிகொள்ள வேண்டும், எல்லாத் தடைகளையும் கடந்து செல்ல வேண்டுமென்ற துடிப்பும் இனியும் தன்னால் தனது குறிக்கோளைச் சென்றடைய முடியுமென்ற அசாத்திய உறுதியும் ஒன்று சேர்ந்திருந்தன. மறு தரப்பில் அவர் இதயத்தை நச்சரித்த ஓயாத ஒரு வலியும் உள்ளத்தை ஏதோ ஒன்று ஒடுக்குவது போன்ற உணர்ச்சியும் கூடியிருந்தன. "எல்லோரும் என்ன சொல்வார்கள்? இதெல்லாம் எங்கே போய் முடியும்? நாளைக்கு, நாளைக்கு நடைபெறப் போவது என்ன, தெரியவில்லையே..."

விருந்தினர்களிடையே தமக்குப் பகைவர்கள் சிலர் இருந்தனர் என்ற அரைகுறையான ஓர் உணர்வு இதுவரை அவர் உள்ளத்தில் ஒரு மூலையில் இருந்து வந்தது, "இங்கு வரும்போது

நான் கொஞ்சம் கிறங்கிய நிலையில் இருந்ததே இதற்குக் காரணமாக இருக்கும்" என்று வேதனைமிகுந்த சந்தேகத்துடன் தமக்குத் தாமே சமாதானம் கூறிக்கொண்டார். ஆனால் இப்பொழுது சாப்பாட்டு மேசையைச் சுற்றிலும் மெய்யாகவே தமக்குப் பகைவர்கள் பலரும் இருந்ததைத் தெட்டத் தெளிவான சில அறிகுறிகளைக் கொண்டு கண்ணுற்ற அவர் துணுக்குற்றுப் போய்விட்டார். ஆம், இவர்கள் பகைவர்கள்தான், சந்தேகமே இல்லை.

"இவர்களைப் பகைத்துக்கொள்ளும்படி நான் அப்படி என்ன செய்து விட்டேன்?" என்று அவர் தன்னைத்தானே கேட்டுக் கொண்டார்.

இந்த மேசையைச் சுற்றிலும் மொத்தம் முப்பது விருந்தினர்கள் அமர்ந்திருந்தனர். இவர்களில் சிலர் ஏற்கனவே உணர்வு கிறங்கிய நிலையில் இருந்தனர். ஏனையோர் ஒருவகை அலட்சியமும் கடுப்பும் கொண்டவர்களாக, அடக்கம் சிறிதுமின்றி சுதந்திர மனிதர்களைப் போல நடந்து கொண்டனர். கூச்சலிட்டுக்கொண்டும், ஒரே நேரத்தில் எல்லோரும் பேசிக்கொண்டும், பொருத்தமின்றி வாழ்த்துகள் கூறி பானம் அருந்திக்கொண்டுமிருந்தனர். சின்னஞ்சிறு ரொட்டித் துண்டுகளைப் பெண்கள் மீது விட்டெறிந்தனர், உடனே அந்தப் பெண்கள் அவற்றை அவர்கள்மீதே திருப்பி விட்டெறிந்தனர், அழுக்கேறிய நீள் கோட்டு அணிந்து சோபையற்ற தோற்றமுடையவர் ஒருவர் நாற்காலியில் வந்து உட்கார்ந்த மறுகணமே கீழே விழுந்துவிட்டார், விருந்து முடியும்வரை அவர் அங்கேயே தரையில் படுத்துக் கிடந்தார். மற்றொருவர் மேசையின்மேல் ஏறி நின்று வாழ்த்துரைத்து பானம் அருந்த வேண்டுமென்று துடித்தார், அவருடைய கோட்டு முனையை விடாமல் கெட்டியாய்ப் பிடித்து இழுத்த இராணுவ ஆபீசரின் முயற்சியால்தான் அவருடைய இந்த அளவுமீறிய ஆர்வம் கொஞ்சம் தணியலாயிற்று. யாரோ ஒரு ஜெனரலிடம் வேலை செய்த பண்ணையாளான சமையற்காரர் ஒருவர் பணம் கொடுத்து அமர்த்தப்பட்டிருந்தும்கூட, சாப்பாடு ரகம் ரகமான பல உண்டிகளும் சேர்ந்தமைந்த விசித்திரக் கதம்பமாயிருந்தது; கறி வறுவல், உருளைக்கிழங்கு, கட்லெட், பச்சைப் பட்டாணி இவற்றுக்குப் பிற்பாடு வாத்திறைச்சி, யாவற்றுக்கும் முடிவில் பிளாங்மாஜ், பீர், வோட்கா, ஷெர்ரி முதலான பான வகைகள் இருந்தன.

ஜெனரலின் தட்டுக்குப் பக்கத்தில் ஷம்பெய்ன் மதுப்புட்டி ஒன்று இருந்தது. மேதகையர் இப்பொழுது தமது கோப்பையை மட்டுமின்றி அக்கீம் பெத்ரோவிச்சின் கோப்பையையும் நிரப்ப வேண்டியிருந்தது. ஏனெனில் பின்னவர் முன்புபோல சாப்பாட்டு மேசையிலும் பணிவிடை செய்யத் துணியாதவராக ஒதுங்கிவிட்டார். ஏனைய விருந்தினர்கள் வாழ்த்துப் பானம் அருந்துவதற்காகக் கைக்குக் கிடைத்த மலிவான ஒயின் வைக்கப்பட்டிருந்தது. சாப்பாட்டு மேசையானது சீட்டாட்ட மேசை ஒன்றும் அடங்கலாகப் பல சிறு மேசைகளைச் சேர்த்துப் போட்டுத் தயார் செய்யப்பட்டிருந்தது. பல வகையான விரிப்புகளும் இவற்றின் மீது போடப்பட்டிருந்தன. இந்த விரிப்புகளில் ஒன்று பல வண்ண யாரஸ்லாவ்ல் பின்னல் துணியாகும். ஆடவரும் பெண்டிருமாய் அமர்ந்திருந்தார்கள். பிசெல்தனீமவின் தாய் இங்கே உட்காராமல் ஓடியாடி வேலை செய்து கொண்டும், மேற்பார்வையிட்டுக் கொண்டும் இருந்தாள். இதுகாறும் தம் கண்ணில் படாத சிடுசிடுப்பான ஓர் அன்னை இப்பொழுது இங்கே இருக்கக் கண்டார் இவான் இலியீச். சிவப்புப் பட்டாடையும் கன்னங்களை மூடிக் கட்டிய தலைக் குட்டையும் மிகவும் உயரமான குல்லாயும் அணிந்திருந்த அவள் மணப்பெண்ணின் தாய் என்பது தெரியவந்தது. பின்கட்டு அறையில் இருந்த அவரை முடிவில் இப்பொழுது சரிக்கட்டி சாப்பாட்டு மேசைக்கு அழைத்து வந்திருந்தனர். பிசெல்தனீமவின் தாய்மீது அவள் தீராப் பகை கொண்டிருந்ததால் இதுவரை வெளியே தலை காட்டாமலே இருந்தாள் - இது பற்றி விவரமாகப் பிறகு கூறுவோம். அவ்வன்னையின் விரும்பத்தகாத பார்வை, இளக்காரமான பார்வை என்றுகூடச் சொல்லலாம், ஜெனரலின்மீது கணப்பொழுதுக்குப் படிந்து சென்றது. ஜெனரலுக்குத் தான் அறிமுகம் செய்து வைக்கப்பட வேண்டுமென்று அவள் கிஞ்சித்தும் விரும்பியதாகத் தெரியவில்லை. சிடுசிடுப்பான இந்தப் புதிய முகம் இவான் இலியீச்சுக்கு சந்தேகத்தைக் கிளர்த்துவதாயிருந்தது. ஆனால் சந்தேகத்துக்குரிய வர்கள் வேறு சிலரும் அங்கே இருந்தனர். இவர்கள் குறித்து இவான் இலியீச்சுக்குக் கவலையாகவும் அச்சமாகவும்தான் இருந்தது. அவர்கள் எல்லோருமாகச் சேர்ந்து சதி புரிவதாக இவான் இலியீச்சையே எதிர்த்துச் சதி புரிவதாக தோன்றியது. மேதகையர் அப்படித்தான் நினைத்தார். விருந்தின்போது அவருக்கு

இது மேலும் மேலும் உறுதியாகி வந்தது. தாடி வைத்திருந்த ஒருவர் மிகவும் சந்தேகத்துக்குரியவராகத் தோன்றினார். அவர் ஓர் ஓவியர், தறுதலைப் பேர்வழி என்பது தெரிந்தது. அடிக்கடி அவர் இவான் இலியீச்சைப் பார்த்துவிட்டு தம் பக்கத்திலிருந்தவர் பக்கம் திரும்பி அவருடைய காதுக்குள் ஏதோ கூறினார். மற்றோர் ஆள் ஒரு மாணவன், மிதமிஞ்சிக் குடித்திருந்தான், சந்தேகத்துக்குரிய அறிகுறிகள் அவனிடமும் தென்பட்டன. மருத்துவக் கல்லூரி மாணவனிடத்தும் அவநம்பிக்கையை உண்டாக்கிய ஏதோ ஒன்று இருந்தது. அந்த இராணுவ ஆபீசருங்கூட முற்றிலும் நம்பத்தக்கவராக இல்லை. ஆனால் இவர்கள் எல்லோரையும்விட கொள்ளிக்கட்டை பத்திரிகை எழுத்தாளர் தான் மிகவும் குறிப்பிடத்தக்க, மிகவும் முனைப்பான வெறுப்பை வெளிப்படுத்தி வந்தார். நாற்காலியில் அட்டகாசமாக உட்கார்ந்து கொண்டு வீறாப்புடன் சுற்றிலும் பார்த்துப் பெரிய சுதந்திர வீரரைப் போன்ற பாவனையுடன் கனைத்துக் கொண்டிருந்தார். ஆனால் ஏனைய விருந்தினர்கள் அவரை அதிகமாகப் பொருட்படுத்திக்கொள்ளவில்லை. கொள்ளிக்கட்டை பத்திரிகையில் அப்படி ஒன்றும் அவர் அதிகமாக எழுதிவிடவில்லை. நான்கே நான்கு கவிதைகளை மட்டும்தான் இதுவரை எழுதியிருந்தார். அந்த நான்கு கவிதைகளை ஆதாரமாகக்கொண்டு மிதவாதி என்று பெயர் பெற்றுவிட்டார். அவரை யாருக்கும் பிடிக்கவில்லை என்பது தெளிவாகத் தெரிந்தது. ஆயினும் இவான் இலியீச் தமக்கு அருகே சிறிய ரொட்டித் துண்டு திடுமென வந்து விழுந்ததும் அதை விட்டெறிந்தவர் கொள்ளிக்கட்டை பத்திரிகை எழுத்தாளர்தான் என்று சத்தியம் செய்யத் தயாராயிருந்தார்.

இவை யாவும் இவான் இலியீச்சிடம் வருந்தத்தக்க விளைவுகளை உண்டாக்கின.

வேதனைக்குரிய மற்றோர் உண்மையும் இவான் இலியீச்சுக்குத் தெரிய வந்தது. சொற்களைத் தெளிவின்றி மிகவும் சிரமப்பட்டு உச்சரிக்கிறோம் என்பது தெரியலாயிற்று. அவர் நிறையப் பேச விரும்பினார், ஆனால் நாக்கு அவருக்குக் கீழ்ப்படிய மறுத்து வந்தது. பிறகு அவர் நினைவிழந்து ஏதேதோ செய்ய முற்பட்டார், இதனிலும் மோசமானது என்னவென்றால் காரணமில்லாமலே கனைக்கவும் சிரிக்கவும் தொடங்கினார். இன்னொரு கோப்பை

ஷம்பெய்ன் குடித்ததும் இந்தக் கட்டம் முடிவுற்றது. இந்தக் கோப்பையை அவரே தான் நிரப்பி வைத்திருந்தார். அப்பொழுது அவருக்கு இதைக் குடிக்கும் உத்தேசம் இல்லை, பிறகு திடீரென்று தற்செயலாகச் செய்வதைப்போலக் கோப்பையை எடுத்துக் குடித்துவிட்டார். இதன்பின் அவருக்கு அழ வேண்டும் போலிருந்தது. விபரீதமாகத் தாம் உணர்ச்சி வயப்பட்டு வருவது அவருக்குத் தெரிந்தது. மீண்டும் அவர் உள்ளத்தில் அன்பு சுரந்தெழுந்தது : எல்லோரிடத்தும், பிசெல்தனீமவிடத்தும், கொள்ளிக்கட்டை பத்திரிகை எழுத்தாளரிடத்தும்கூட அவர் அன்பு கொள்ளலானார். எல்லோரையும் கட்டித்தழுவ வேண்டுமென்று, யாவற்றையும் மறந்து விட்டு எல்லோருக்கும் பிடித்தமானவராகிவிட வேண்டு மென்று திடீரென்று அவருக்கு ஓர் ஆசை உண்டாயிற்று. அது மட்டுமல்ல, தமது இதயத்தில் இருப்பதை இவர்கள் எல்லோருக்கும் காட்டி விட வேண்டும் என்று, யாவற்றையும் இவர்களிடம் கூற வேண்டுமென்று விரும்பினார் - தான் எப்படிப்பட்ட அன்பு உள்ளம் கொண்ட தங்கமான மனிதர், எவ்வளவு ஆற்றலும் திறமையும் மிக்கவர், நாட்டுக்கு எப்படியெல்லாம் பணிபுரியக்கூடியவர், பெண்பாலரை எப்படி மகிழச் செய்யக்கூடியவர். இன்னும் முக்கியமாக எவ்வளவு முற்போக்கானவர், யாவரிடத்தும், மிகமிக அடிநிலையில் இருப்போரிடத்தும், எவ்வளவு நல்லெண்ணம் கொண்டிருப்பவர் என்றெல்லாம் இவர்களிடம் கூற வேண்டுமென விரும்பினார். பிசெல்தனீமவின் வீட்டுக்கு அழையாத விருந்தினராக வந்து இரண்டு புட்டி ஷம்பெய்னைக் குடித்துவிட்டு தமது வருகையால் எல்லோரையும் இன்புறச் செய்யும்படித் தம்மை ஊக்குவித்த காரணங்கள் யாவை என்பதை ஒளிவு மறைவின்றி இவர்களுக்குத் தெரிவிக்க வேண்டுமென்றும் விரும்பினார்.

“உண்மை, புனிதமான உண்மை - யாவற்றுக்கும் மேலாக ஒளிவு மறைவற்ற திறந்த உள்ளம். என்னுடைய உள்ளத்தில் இருப்பதை மறைக்காமல் அப்படியே எடுத்துரைத்து இவர்களுடைய உள்ளங்களைக் கவர்ந்து விடுவேன். இவர்கள் என்னை நம்புவார்கள், நிச்சயம் நம்புவார்கள். இப்பொழுது பகைமைக் கண்கொண்டு என்னைப் பார்க்கிறார்கள், ஆனால் யாவற்றையும் நான் இவர்களிடம் கூறியதும் தவிர்க்க முடியாத வகையில் இவர்களை என் பக்கத்துக்குக் கவர்ந்து இழுத்துக்கொண்டு விடுவேன். இவர்கள் தம்முடைய

கோப்பைகளை நிரப்பிக்கொண்டு, ஆர்வமுடன் என்னை வாழ்த்தி முழக்கமிட்டுப் பானம் அருந்துவார்கள். எனக்கு இதில் சந்தேகமே இல்லை, இந்த இராணுவ ஆபீசர் தமது கோப்பையை பூட்ஸ் காலின் குதி முள்ளில் தட்டி உடைக்கப் போகிறார். மகிழ்ச்சிக் குரலெழுப்பி எல்லோரும் முழக்கமிடுவார்கள். குதிரைப் படை வீரர்களின் பாணியில் என்னை அப்படியே மேலே தூக்கிப் போட்டுப் பிடிக்க விரும்புவார்களாயின் தாராளமாகச் செய்யட்டும், எனக்கு ஆட்சேபம் இல்லை, உண்மையில் அது சாலச் சிறந்ததாகவே இருக்கும். மணப்பெண் சிறுபெண், அவள் நெற்றியில் முத்தமிடுவேன். அக்கீம் பெத்ரோவிச்சும் ரொம்ப நல்லவர். பிசெல்தனீமவ் காலப்போக்கில் மேம்பாடுற்று விடுவான். மேன் மக்களின் சமுதாயத்துக்குரிய சிறப்பு அவனிடம் இல்லை. புதிய தலைமுறையினர் அனைவருமே அந்த ஆத்மார்த்திக நயம் இல்லாதோராகவே இருக்கிறார்கள், என்றாலும் நான்... இவர்களிடம் பேசுவேன், ஏனைய ஐரோப்பிய அரசுகளிடையே ருஷ்யா தற்போது ஆற்ற வேண்டியுள்ள பணியினை இவர்களுக்கு எடுத்துரைப்பேன். விவசாயிகளுடைய பிரச்சினை குறித்தும் சில வார்த்தைகள் கூறுவேன், ஆம், இவர்கள் எல்லோருக்கும் என் மீது தனிப்பாசம் பிறந்துவிடும், சீரும் சிறப்பும் மிக்க சூழலில் விடைபெற்றுக்கொண்டு புறப்பட்டுச் செல்வேன்."

இந்த ஆசைக் கனவுகள் மிக இனிமையாகத்தான் இருந்தன. ஆனால் இந்த நன்னம்பிக்கைகளுடன் கூடவே எதிர்பாராத ஒரு வெறிப்போக்கு - எச்சில் துப்பும் ஒரு வெறிப்போக்கு - தம்முள் மூண்டெழுவதைத் திடுமென அவர் கண்டது அவ்வளவு இனிமையாக இல்லை. அவரையும் மீறி அவர் வாயில் எச்சில் குழைத்துக்கொண்டு வந்தது. அவர் வாயிலிருந்து வெளிப்பட்டு அது அக்கீம் பெத்ரோவிச்சின் கன்னத்தில் திட்டுத் திட்டாய்ப் படிந்ததைக் கவனித்த போதுதான் இப்படி ஒரு வெறிப்போக்கு தம்முள் மூண்டு வருவதை அவர் உணரலானார். மரியாதையை முன்னிட்டு அக்கீம் பெத்ரோவிச் உடனே அதைத் துடைக்காமல் விட்டு வைத்திருந்தார். இவான் இலியீச் தமது கைத்துண்டை எடுத்துத் தாமே அதைத் துடைத்து அகற்றினார். ஆனால் அடுத்த நிமிடமே இது அவருக்குக் கோமாளித்தனமாக, பகுத்தறிவுக்கு ஒவ்வாத அசட்டுத்தனமாகத் தோன்றவே திகைத்துப் போய் மௌனமாகிவிட்டார். அக்கீம் பெத்ரோவிச்சும்கூட நிறையக் குடித்திருந்தார், ஆயினும்

அவர் குழப்பமடைந்து தடுமாறினார். கடந்த கால் மணி நேரமாக மிகவும் சுவையான ஒரு பொருள் குறித்து அக்கீம் பெத்ரோவிச்சுடன் தாம் பேசிக்கொண்டிருந்ததையும், தாம் கூறியதைக் காது கொடுத்துக் கேட்டுக்கொண்டிருந்த அக்கீம் பெத்ரோவிச் பதற்றமுற்று எதைப் பற்றியோ நினைத்து அஞ்சி நடுங்குவதாய்த் தோன்றியதையும் இவான் இலியீச் இப்பொழுது உணரலானார். தம்மிடமிருந்து மூன்றாவது இருக்கையில் அமர்ந்திருந்த பிசெல்தனீமவும்கூட கழுத்தை நீட்டித் தலையை ஒரு பக்கமாகச் சாய்த்துக்கொண்டு சிறிதும் விரும்பத்தகாத முகபாவத்துடன் கூர்ந்து கவனித்துக்கொண்டிருந்தான். இவான் இலியீச்சுக்கு உண்மையில் அவன் தம்மைக் கண்காணிப்பதாகத் தோன்றிற்று. விருந்தினர்களை ஒருமுறை உற்று நோக்கிய இவான் இலியீச் இவர்களில் பலரும் தம்மைப் பார்த்துச் சிரிப்பதைக் கவனித்தார். வேடிக்கை என்னவெனில் இது அவரைச் சிறிதும் கலக்கமுறச் செய்யவில்லை, அதற்குப் பதில் அவர் தமது கோப்பையிலிருந்து கொஞ்சம் அருந்திவிட்டு எல்லோர் காதிலும் விழும்படி பேச முற்பட்டார்.

"கனவான்களே, இப்பொழுது நான் இங்கே கூறிக்கொண்டிருந்தேன்" என்று பலத்த குரலில் பேசினார் அவர். "அக்கீம் பெத்ரோவிச்சிடம் கூறிக் கொண்டிருந்தேன்... ருஷ்யா, ஆம்... ருஷ்யா... ஒரே சொல்லில் கூறுவதெனில்... நான் என்ன சொல்ல முயலுகிறேன் என்று தெரிகிறதல்லவா. ருஷ்யா இப்பொழுது கடந்து செல்லும் கட்டம்... மனித நேயக் கட்டமாகும்."

"ஆம், மனித நே-நேயம்தான்" என்று மேசையின் எதிர்முனையிலிருந்து ஒரு குரல் ஒலித்தது.

"ஓ-ஒய்-யா"

"அ-ஆய்-யா"

இவான் இலியீச்சுக்கு வாய் அடைத்துவிட்டது. பிசெல்தனீமவ் எழுந்து நின்று மேலும் கீழுமாய்ப் பார்த்தான் - கூச்சலிட்டது யார்? இது சரியல்ல என்று விருந்தினர்களைப் பார்த்துக் கண்டிக்கும் முறையில் அக்கீம் பெத்ரோவிச் இரகசியமாகத் தலையை அசைத்துக் காட்டினார். இவான் இலியீச்சுக்கு இது நன்றாகவே தெரிந்தது, மௌனமாகச் சகித்துக்கொண்டு நின்றார்.

"மனிதநேயம்" என்று விடாப்பிடியாகத் திரும்பவும் பேசத் தொடங்கினார். கொஞ்ச நேரத்துக்கு முன்புதான்... ஆம், இப்பொழுதுதான் "கொஞ்ச நேரத்துக்கு முன்பு ஸ்தெப்பான் நிக்கீஃபரவிச்சிடம் நான் சொல்லிக்கொண்டிருந்தேன்... அதாவது... புதுமலர்ச்சி என்று கூறலாம்... அது..."

"மேதகையீர்" என்று மேசையின் எதிர் முனையிலிருந்து ஒரு பலத்த குரல் ஒலித்தது.

"என்ன, சொல்லுங்கள்" என்று கேட்டு தமது பேச்சை நிறுத்திக்கொண்டு இவான் இலியீச் கூப்பிட்டது யார் என்று பார்த்தார்.

"மேதகையீர், ஒன்றுமில்லை, உற்சாகத்தில் கூப்பிட்டு விட்டேன், நீங்கள் பேசுங்கள்... பேசுங்கள்..." என்றது அதே குரல்.

இவான் இலியீச் துணுக்குற்றார்.

"புதுமலர்ச்சி என்று சொல்லலாம், யாவும் இப்பொழுது."

"மேதகையீர்" என்று திரும்பவும் கூவியழைத்தது அந்தக் குரல்.

"என்ன வேண்டும், சொல்லுங்கள்."

"உங்களுக்கு என் வணக்கம்."

இம்முறை இவான் இலியீச்சுக்குப் பொறுக்க முடியவில்லை. வாக்கியத்தின் நடுவே பேச்சை நிறுத்திக்கொண்டு, அமைதியைக் குலைத்து வந்த அந்த ஆளின் பக்கம் திரும்பினார். அவன் ஓர் இளம் மாணவன், சிறு பையன், நிதானம் தவறும்படி குடித்திருந்தான், சந்தேகத்துக்குரிய ஆள் என்பது தெரிந்தது. சிறிது நேரமாகவே அவன் ஏதோ கூச்சலிட்டுப் பேசி ரகளை செய்து வந்தான். திருமண விருந்தில் இப்படித்தான் செய்ய வேண்டுமென்று சொல்லி ஒரு கிளாசையும் இரு தட்டுகளையும் எடுத்து உடைத்துப் போட்டு விட்டுக் கூச்சலிட்டான். இவான் இலியீச் அவன் பக்கம் திரும்பிய போது, அந்த இராணுவ ஆபீசர் அவனைச் சப்தம் போடாதே என்று அதட்டிக்கொண்டிருந்தார்.

"ஏன் இப்படிக் கூச்சல் போடுகிறாய்? கழுத்தைப் பிடித்து வெளியே தள்ள வேண்டியிருக்கும், ஜாக்கிரதை."

"மேதகையீர், நான் சொன்னது உங்களை அல்ல. உங்களை அல்ல நீங்கள் பேசுங்கள்." என்று தனது நாற்காலியில் சாய்ந்து

ஆடியவாறு கத்தினான், நிதானமிழந்த அந்தப் பள்ளி மாணவன், "நீங்கள் பேசுங்கள்"கவனமாகக் கேட்கிறேன், பேசுங்கள். உங்கள் பேச்சு. ரொம்பப் பிடித்திருக்கிறது எனக்கு, போற்றத்தக்கது! போற்றத்தக்கது."

"குடிகாரப் பயல்!" என்று முணுமுணுக்கும் குரலில் விளக்கம் கூறினான் பிசெல்தனீமவ்.

"குடி மயக்கம்தான் என்பது தெரிகிறது ஆயினும்..."

"மேதகையீர், நான் அவனிடம் வேடிக்கையான ஒரு நிகழ்ச்சியைக் கூறிக்கொண்டிருந்தேன்" என்று ஆரம்பித்தார் அந்த இராணுவ ஆபீசர். "எங்கள் படைப் பிரிவில் இருந்த ஒரு லெப்டினன்டைப் பற்றிச் சொல்லிக்கொண்டிருந்தேன். அவன் எங்களது தலைமை ஆபீசரிடம் இப்படித்தான் கூறிக்கொண்டிருந்தான். இப்பொழுது இந்தப் பையனும் அந்த லெப்டினன்டைப் போலவே பேசிப் பார்க்கிறான். ஆபீசர் எது சொன்னாலும் அந்த லெப்டினன்ட் 'போற்றத்தக்கது. போற்றத்தக்கது.' என்று கத்திக்கொண்டிருந்தான். பத்து ஆண்டுகளுக்கு முன்பு அவனைப் படையிலிருந்து தள்ளிவிட்டார்கள்."

"யார் அந்த லெப்டினன்ட்?"

"மேதகையீர், அவன் எங்கள் படைப்பிரிவில் இருந்து வந்தான். 'போற்றத்தக்கது' என்னும் சொல் அப்படி அவனைக் கவர்ந்து கொண்டுவிட்டது, பித்துக் கொண்டவனாகிவிட்டான்..." தகப்பன் மாதிரி அந்தத் தலைமை ஆபீசர் எவ்வளவோ சொல்லிப் பார்த்தார், அவனைத் திட்டிப் பார்த்தார், ஆனால் எதற்கெடுத்தாலும் 'போற்றத்தக்கது. போற்றத்தக்கது.' என்றே பதில் கூறிக்கொண்டிருந்தான். இன்னொரு விசேஷம் என்னவென்றால் அந்த லெப்டினன்ட் பெயர் பெற்ற வீரன், ஆறு அடிக்கு மேல் இருப்பான். இராணுவ விசாரணைக்கு அனுப்பி அவனுக்குத் தக்க தண்டனை அளிக்க வேண்டுமென்று நினைத்தனர், ஆனால் மூளை கலங்கியவன் என்பது தெரிய வந்தது."

"அவன் அறியாச் சிறுவன் - சிறு பையனுடைய குறும்பை அப்படிப் பெரிது பண்ணக் கூடாது... நானாக இருந்தால் மன்னித்திருப்பேன்..."

"மேதகையீர், மருத்துவப் பரிசோதனை நடத்தினார்கள்."

“அடப்பாவமே, அவனைப் போய் அறுத்துச் சோதனை நடத்தினார்களா, என்ன?”

“ஐயய்யோ, அதெல்லாம் இல்லை. அவன் உயிரோடுதான் இருந்தான்.”

இதுவரை நல்லபடியாகவே நடந்து கொண்டு வந்த விருந்தினர்கள் அநேகமாய் ஏகோபித்த முறையில் இப்பொழுது வாய்விட்டுப் பலமாகச் சிரித்து விட்டார்கள். இவான் இலியீச்சுக்கு ஆத்திரம் வந்துவிட்டது.

“கனவான்களே, கனவான்களே” என்று அவர் பலக்கக் கூவினார். ஆரம்பத்தில் சில வினாடிகளுக்கு இப்பொழுது அவரால் திக்காமலே பேச முடிந்தது. “உயிரோடிருப்பவர் யாரையும் அறுத்துச் சோதனை நடத்த மாட்டார்கள் என்பதைப் புரிந்து கொள்ளும் நிலையில்தான் இருக்கிறேன். பித்துப் பிடித்து விட்ட அந்த லெப்டினன்ட் உயிரோடு இல்லை என்பதாக நினைத்துக் கேட்டேன். அதாவது அவன் இறந்து போய்விட்டான் என்பதாக நினைத்து விட்டேன்... அதாவது... நான் என்ன சொல்ல விரும்புகிறேன் என்றால்... நீங்கள் என்னை நேசிக்கவில்லை... ஆனால் நான் உங்கள் எல்லோரையும் உளமார நேசிக்கிறேன்... ஆம், பர்-பர்ஃபீரியையுங்கூட நேசிக்கிறேன். இதைச் சொல்வதன் மூலம் என்னையே நான் இழிவுபடுத்திக் கொள்கிறேன்.”

ஆனால் அந்த நேரத்தில் இவான் இலியீச்சின் வாயிலிருந்து எச்சில் பீறிட்டு வெளிவந்து மேசை விரிப்பில் எடுப்பான ஓரிடத்தில் போய் விழுந்தது. பிசெல்தனீமவ் உடனே பாய்ந்து அதைத் தன் கைத்துண்டால் துடைத்தான். இந்தக் கடைசித் துர்ப்பாக்கியம் இவான் இலியீச்சை மனம் ஒடிந்து போய் நிலைகுலையச் செய்துவிட்டது.

“கனவான்களே, போதும் இது, இனி பொறுக்க முடியாது” என்று அவலக் குரலில் முறையிட்டார்.

“மேதகையீர், குடியின் போதையால் நேர்ந்ததை நினைத்து நீங்கள்...” என்று மீண்டும் பிசெல்தனீமவ் சமாதானம் கூற முற்பட்டான்.

“பர்ஃபீரி, எனக்குத் தெரிகிறது... உன்னை... உங்களை எல்லோரையும்... ஆம், நான் நம்புகிறேன்... ஆம், உங்கள் ஒவ்வொருவரையும் கேட்கிறேன், நீங்கள் இதைச் சொல்ல

வேண்டு மென்று கேட்கிறேன்... உங்கள் கருத்தில் நான் என்னைக் கேவலப்படுத்திக் கொண்டு விட்டேன், இல்லையா?”

இவான் இலியீச்சுக்கு அழுகையே வந்து விட்டது.

“மேதகையீர், வேண்டாம். வேண்டாம்.!”

“பர்ஃபீரி, உன்னை நான் கேட்கிறேன்... நீ இதைச் சொல்லு... தக்க நோக்கம் இல்லாமலா நான் உன் திருமணத்துக்கு வந்தேன்?... ஆத்மார்த்திக மேம்பாடு ஏற்பட வேண்டுமென்று விரும்பினேன்... உங்களை மனம் மகிழச் செய்ய வேண்டுமென்று விரும்பினேன். இப்பொழுது உங்களைக் கேட்கிறேன் - உங்களுடைய கருத்தில் என்னை நான் கேவலப்படுத்திக் கொண்டேனா, இல்லையா?”

மயான அமைதி போன்ற நிசப்தம் நிலவிற்று. என்னென்பது இதை - உயிரனையதான இதுபோன்ற கேள்விக்குப் பதில் ஏதுமின்றி நிசப்தம் நிலவிற்று. இத்தகைய ஒரு தருணத்தில் ஏன் இவர்கள் முழக்கமிட்டுப் பதிலளிக்காமல் சும்மாயிருக்கிறார்கள்?” என்று ஏக்கத்துடன் நினைத்தார் மேதகையர். விருந்தினர்கள் ஒருவரையொருவர் பார்த்துக்கொண்டார்களே ஒழிய வாய் திறக்கவில்லை. அக்கீம் பெத்ரோவிச் பேச்சு மூச்சின்றி அமர்ந்திருந்தார். பீதியால் வாயடைத்துப் போய்விட்ட பிசெல்தனீமவ் நெடுநேரமாகத் தன்னை வருத்தி வந்த அச்சம் தரும் அதே கேள்வியைத் திரும்பத் திரும்பத் தன்னுள் கேட்டுக்கொண்டிருந்தான்:

“இவ்வளவுக்கும் பிற்பாடு நாளை என் கதி என்ன ஆகும்?”

குடி போதையில் தலை கிறுகிறுக்க இதுகாறும் வாய் பேசாமல் ‘உர்’ரென்று உட்கார்ந்திருந்த கொள்ளிக்கட்டை பத்திரிகை எழுத்தாளர் இப்பொழுது கண்கள் பளிச்சிட்டு மின்னத் திடுமென இவான் இலியீச்சின் பக்கம் திரும்பி, விருந்தினர்கள் எல்லோரது சார்பிலும் அவருக்குப் பதிலளித்தார்.

“ஆம்” என்று இடியென அதிர்ந்த குரலில் அவர் பதிலளித்தார். “ஆமாம், நீர் உம்மைக் கேவலப்படுத்திக் கொண்டு விட்டீர், சந்தேகமில்லை. நீர் ஒரு பிற்போக்காளர் - பிற்-போக்காளரே-தான்.”

“இளைஞனே, என்ன பேசுகிறோம் என்ற நிதானமின்றிப் பேசுகிறாய். யாருடன் பேசுகிறாய் என்று நினைத்துப் பார்த்துப்

பேசு." - இப்படி ஆவேசமாகக் கூச்சலிட்டு, இவான் இலியீச் மீண்டும் தமது இருக்கையிலிருந்து துள்ளியெழுந்தார்.

"உம்முடன்தான் பேசுகிறேன். இரண்டாவதாக நான் இளைஞனல்ல... நீர் இங்கு வந்தது தற்பெருமைக்காக, சுய விளம்பரத்துக்காக..."

"பிசெல்தனீமவ் - என்ன இதெல்லாம்?" என்று கூச்சலிட்டார் இவான் இலியீச்.

உடனே துள்ளியெழுந்த பிசெல்தனீமவ் அதன் பின் என்ன செய்வதென்று புலப்படாமல் திகைத்துப் போய் நின்றுவிட்டான். விருந்தினர்கள் எல்லோரும் தமது இருக்கைகளில் கல்லாய்ச் சமைந்து விட்டது போல் அசையாதிருந்தனர். கலைஞனும் மாணவனுமாகச் சேர்ந்து "சபாஷ்! சபாஷ்!" என்று முழக்கமிட்டனர்.

பத்திரிகை எழுத்தாளர் அடக்க முடியாத ஆத்திரம் கொண்டவராகத் தொடர்ந்து கூச்சலிட்டார்.

"ஆம், உம்முடைய மனிதநேயத்தைப் பற்றி பெருமையடித்துக் கொள்வதற்காக இங்கு வந்தீர். இங்கு நிலவிய குதூகல மனப்பாங்கைக் கெடுத்தீர். ஷம்பெய்ன் குடித்தீர் - மாதம் பத்து

ரூபிள் சம்பாதிக்கும் குமாஸ்தாவால் ஷம்பெய்ன் வாங்கிவைக்க முடியுமா என்பது பற்றிக் கவலைப்படாமலே குடித்தீர். தமக்குக் கீழ்ப்பட்ட சிப்பந்திகளுடைய இளம் மனைவிகள் மீது ஒரு கண் வைத்திருக்கும் அந்த உயர் அதிகாரிகளில் நீரும் ஒருவராக இருப்பீரோ என்று சந்தேகப்படுகிறேன். அது மட்டுமல்ல - நிலங்களுக்கு மீட்புத் தொகைகள் அளிக்கப்படுவதன் ஆதரவாளராகவே இருப்பீரென நினைக்கிறேன். ஆம், சந்தேகமில்லை, அப்படிப்பட்டவராகத் தான் இருப்பீர் நீர்."

"பிசெல்தனீமவ்! பிசெல்தனீமவ்!" என்று அவன் பக்கம் கைகளை நீட்டியவாறு கூவினார் இவான் இலியீச். பத்திரிகை எழுத்தாளர் கூறிய ஒவ்வொரு சொல்லும் கூர்வாளைப்போல அவர் நெஞ்சினுள் பாய்ந்தது.

"மேதகையீர், இதோ பாருங்கள். நீங்கள் வருத்தப்பட வேண்டாம்." என்று வைராக்கியம் தொனிக்கும் குரலில் கத்தியவாறு பிசெல்தனீமவ் அந்தப் பத்திரிகை எழுத்தாளரிடம் பாய்ந்தோடிக் கோட்டுக் காலரைப் பிடித்து அவரைச்

சாப்பாட்டு மேசையிலிருந்து இழுத்துச் சென்றான். எலும்பும் தோலுமாய் இருந்த பிசெல்தனீமவ் அவ்வளவு பலசாலியாக இருப்பான் என்று யாரும் நினைத்திருக்க மாட்டார்கள். ஆனால் அந்தப் பத்திரிகை எழுத்தாளர் குடிமயக்க முற்றிருந்தார், பிசெல்தனீமவ் நிதான நிலையில் இருந்தான். பத்திரிகை எழுத்தாளருடைய முதுகில் இரண்டு தட்டு தட்டி அறையிலிருந்து அவரை வெளியே தள்ளினான்.

"நீங்கள் எல்லோருமே அயோக்கியர்கள்" என்று கூச்சலிட்டார் பத்திரிகை எழுத்தாளர். "உங்களை நான் சும்மாவிடப் போவதில்லை, நாளைக்குக் கொள்ளிக் கட்டை பத்திரிகையில் தோலை உறித்துவிடுகிறேன்."

எல்லோரும் எழுந்துவிட்டனர்.

பிசெல்தனீமவும் அவனுடைய தாயும் விருந்தினர்களில் சிலரும் ஜெனரலைச் சூழ்ந்து நின்று கொண்டு அவரைத் தேற்றினர்: "மேதகையீர், மேதகையீர், நீங்கள் இதைப் பொருட்படுத்தக் கூடாது, மேதகையீர்."

"இல்லை, இல்லை" என்று புலம்பினார் ஜெனரல். "எனக்கு மனம் ஒடிந்துவிட்டது. இங்கு நான் வந்தது எதற்காக? அன்பு வளர வேண்டுமென்று... ஆசி கூறலாமென்று வந்தேன்... அதற்கு இதுவா வெகுமதி?"

அவர், உணர்விழந்தவரைப் போல அப்படியே தமது நாற்காலியில் சாய்ந்து விழுந்தார். பிறகு கைகளை மேசையின் மேல் வைத்து அவற்றின் மீது தலையைச் சாய்த்துக்கொள்ளப் போனவர், அங்கே தட்டில் இருந்த 'பிளாமான்ஜே' கூழுக்குள் கவிழ்த்துக்கொண்டு விட்டார். எல்லோருக்கும் ஏற்பட்ட அதிர்ச்சியையும் பரபரப்பையும் சொல்லி முடியாது. பிறகு ஒரு நிமிடத்துக்கெல்லாம் புறப்பட்டுச் சென்றுவிடும் உத்தேசத்துடன் அங்கிருந்து எழுந்தார், ஆனால் ஆடியவாறு அடியெடுத்து வைக்கையில் நாற்காலியின் காலில் இடறிக்கொண்டு பொத்தென்று தரையிலே விழுந்து குறட்டை விட ஆரம்பித்துவிட்டார்.

குடிக்காதவர்கள் அளவுமீறிக் குடிக்க நேரும்போது இப்படி ஆவதுண்டு. கடைசித் தருணம் வரை இவர்கள் உணர்விழப்பதில்லை, பிறகு வெட்டி வீழ்த்தப்பட்ட மரம் போல் திடுமெனச் சாய்ந்து விடுகிறார்கள். இவான் இலியீச்

பிரக்ஞை அற்றவராகத் தரையிலே கிடந்தார். பிசெல்தனீமவ் தன் தலை முடியைப் பிடித்திழுத்தவாறு சிலை போல நின்றுகொண்டிருந்தான். விருந்தினர்கள் நடைபெற்ற நிகழ்ச்சி பற்றி பேசிக்கொண்டு அவசரமாகப் புறப்பட்டுச் சென்றனர். அப்பொழுது நேரம் அதிகாலை ஏறத்தாழ மூன்று மணி.

★★★

பிசெல்தனீமவின் தற்போதைய நிலைமை மிகவும் வருந்தத்தக்கதே என்றாலும், உண்மையில் அவனுடைய சூழ்நிலை யாரும் எதிர்பார்க்கக் கூடியதைக் காட்டிலும் மிகப் பல மடங்கு மோசமாகவே இருந்தது. ஆகவே இப்பொழுது இவான் இலியீச் தரையில் விழுந்து கிடக்க, பக்கத்தில் பிசெல்தனீமவ் ஒன்றும் புரியாமல் தன் தலைமுடியைப் பிடித்திழுத்துக்கொண்டு செயலற்று நிற்கும் இக்கட்டத்தில் நமது கதையைச் சற்று நிறுத்திக்கொண்டு பர்ஃபீரி பெத்ரோவிச் பிசெல்தனீமவைப் பற்றி விளக்கம் தருவது பொருத்தமாயிருக்கும்.

இந்தத் திருமணத்துக்கு ஒரு மாதத்துக்கு முன்பெல்லாம் பிசெல்தனீமவ் திக்கற்றவனாகச் செத்துக்கொண்டிருந்தான். மாகாணத்திலிருந்து வந்தவன் அவன். அங்கே ஏதோ வேலையில் இருந்த அவனுடைய தந்தையின்மீது வழக்கு தொடரப் பட்டிருந்தது; விசாரணை நடைபெற்று வந்தபோது அவர் இறந்து விட்டார். பீட்டர்ஸ்பர்கில் ஓராண்டாகப் பிசெல்தனீமவ் திக்கற்றவனாக இருந்து வந்தான். திருமணத்துக்கு ஐந்து மாதங்களுக்கு முன்பு பத்து ரூபிள் மாதச் சம்பளத்தில் ஒரு வேலை கிடைத்ததும் உடலிலும் உள்ளத்திலும் அவனுக்குப் புதுத் தெம்பு பிறந்தது போல் இருந்தது, ஆனால் சீக்கிரமே நிலைமைகள் அவனை மீண்டும் தரையிலே கிடத்தி விட்டன. இப்பொழுது பிசெல்தனீமவ்கள் இரண்டே இரண்டு பேர் மட்டும்தான் எஞ்சியிருந்தனர் - அவனும் அவன் தாயும் மட்டும் தான். கணவர் இறந்ததும் இந்தத் தாயும் மாகாணத்தைவிட்டுப் புறப்பட்டு வந்துவிட்டார். தாயும் மகனுமாகக் கடுங்குளிரின் துன்ப துயரங்களைப் பகிர்ந்து கொண்டனர், சொல்லும் தரமற்ற பலவற்றையும் புசித்துக் காலத்தை ஓட்டினர். சில நாட்களில் பிசெல்தனீமவ் கையில் ஒரு குவளையுடன் ஃபைன் தான்கா ஆற்றுக்குச் சென்று தன் தாகத்தைத் தணித்துக் கொண்டதும் உண்டு. முடிவில் அவனுக்கு வேலை கிடைத்ததும் அவனும் அவன் தாயும் தமக்கு ஓர் 'அறை மூலையை' வாடகைக்கு

எடுத்துக் கொண்டனர். தாய் அக்கம் பக்கத்தாரின் துணிகளைச் சலவை செய்து கொடுத்தாள்; அவன் நான்கு மாதங்களாகப் பணம் சேர்த்துத் தனக்கு பூட்சும் மேல்கோட்டும் வாங்கிக் கொண்டான். அலுவலகத்தில் அவன் சகித்துக்கொள்ள வேண்டியிருந்த துயரங்களுக்கு அளவே இல்லை. அவன் குளித்து எவ்வளவு காலமாயிருக்கும் என்று அவனுடைய மேலதிகாரி அவனிடம் வந்து விசாரிப்பது வழக்கம். அவனுடைய அலுவலகக் கோட்டுக் காலருக்கு அடியில் மூட்டைப் பூச்சிகள் ஏராளமாகக் குடி கொண்டிருப்பதாகப் பேச்சு அடிபட்டது. ஆனால் பிசெல்தனீமவிடம் திடச் சித்தம் நிறைய இருந்தது. பார்ப்பதற்குப் பயந்த சுபாவமுடையவனாகச் சாதுவாய் இருந்தான்: அவனுடைய கல்வி ஞானம் மிக மிகச் சொற்பம் அவன் எந்த அபிப்பிராயமும் தெரிவித்து யாரும் கேட்டிருக்கமாட்டார்கள். அவன் சிந்தித்தானா, திட்டங்கள் வகுத்துக்கொண்டானா, அவனுக்கு ஆசைக் கனவுகள் எவையேனும் இருந்தனவா என்பது குறித்து நான் திட்டவட்டமாகச் சொல்வதற்கில்லை. இவற்றுக்குப் பதில், தனது நிலையிலிருந்து தன்னை விடுவித்து முடிவில் மெய்யாகவே நல்லபடியாக வாழ்க்கையைத் துவக்க வேண்டுமென்று அவனை அறியாமலே அவனுள் அசைக்க முடியாத வைராக்கியம் உருவாகிவிட்டது. அவனிடம் எறும்புக்கு இருப்பதையொத்த விடாப்பிடியான உறுதி இருந்து வந்தது - எறும்புப் புற்றை அழித்துப் பாருங்கள், உடனே அவை திரும்பவும் கட்டிவிடும்: திரும்பவும் அழியுங்கள், திரும்பவும் கட்டத் தொடங்கிவிடும்: முடிவின்றி இப்படியே தான் நடைபெறும். அவன் விடாமுயற்சி உடையவன், வீட்டிலே கவனம் செலுத்துகிறவன், தனக்கு வழி தேடிக்கொண்டு விடுவான், தனக்கொரு இல்லத்தை அமைத்துக்கொண்டு விடுவான், கொஞ்சம் பணமும் சேர்த்தாலும் சேர்த்து விடுவான் என்று அவனைப் பார்த்து மே கூறிவிடுவீர்கள். உலகில் அவன் தாயைத் தவிர அவனை நேசித்தவர் வேறு யாருமே இல்லை. அவ்வன்னை அவனைத் தனது கண்ணின் கருமணியாய்க் கருதி வந்தாள். அவர் உறுதி மிக்கவர். அயராது பாடுபட்டு வந்தார், அதே போக்கில் மிகவும் தங்கமான குணமுடையவர். ஓய்வு பெற்ற பட்ட ஆலோசகர் மிலெக்கப்பித்தாயெவை அவர்கள் சந்திக்க நேர்ந்திராவிடில், ஏதேனும் நடைபெறும் காத்திருப்போமென மேலும் ஐந்து ஆறு ஆண்டுகளுக்குத் தமது ‘அறை மூலையிலே’ தொடர்ந்து வாழ்ந்து

வந்திருப்பார்கள். மிலெக்கப்பித்தாயெவ் முன்னாள் கருவூலக் குமாஸ்தா. அவர்களுடைய மாகாணத்தில் முன்பு வேலை செய்து வந்தவர். அண்மையில் அவர் தமது குடும்பத்தோடு பீட்டர்ஸ்பர்க்கு வந்து குடியேறியிருந்தார். அவருக்குப் பிசெல்தனீமவைத் தெரியும். முன்பு ஒரு காலத்தில் பிசெல்தனீமவின் தந்தை அவருக்கு உதவியிருந்தார். அதிகமில்லை என்றாலும் ஏதோ கொஞ்சம் பணம் அவரிடம் இருந்தது. உண்மையில் எவ்வளவு இருந்ததென்று யாருக்கும் - அவர் மனைவிக்கோ, மூத்த மகளுக்கோ, உறவினர்களுக்கோ தெரியாது. அவருக்கு இரு புதல்விகள், முரட்டுக் குணமுடைய கிழவர் என்பதுடன், குடிகாரரும், வீட்டில் எல்லோரையும் சிரமப்படுத்தி வைக்கும் கொடுங்கோலரும், போதாததற்கு உடல் நலமற்றவரும் ஆவார். மகள்களில் ஒருத்தியைப் பிசெல்தனீமவுக்குக் கல்யாணம் செய்து வைக்கலாமென்று அவருக்கு ஓர் எண்ணம் உதித்தது. “அவனை எனக்குத் தெரியும், அவன் தந்தை நல்லவர், ஆகவே மகனும் நல்லவனாகவே இருப்பான்.” தாம் நினைத்ததை உடனே செய்து விடுகிறவர் அவர். விபரீத வகைப்பட்ட கொடுங்கோலராக இருந்து வந்தார். நோயால் கால்கள் முடங்கிப் போகவே பெரும் பகுதி நேரத்தைச் சாய்வு நாற்காலியிலே கழித்து வந்தார், ஆயினும் இந்த நிலைமை அவரைக் குடிக்காதபடி தடுக்கவில்லை. அதிகமாகக் குடித்து விட்டு நாட்கணக்காக எல்லோரையும் ஏசிக்கொண்டிருப்பார். கொடு மனம் கொண்ட அவர் ஓயாமல் இம்சை செய்து மகிழ்வதற்காகத் தம் பக்கத்தில் யாராவது இருக்க வேண்டுமென்று விரும்பினார். இதன் பொருட்டு தூரத்து உறவினர்கள் சிலரைத் தம் வீட்டில் வைத்திருந்தார். ஓயாது முனகும் நோயாளிச் சகோதரி ஒருத்தியும் அவர் மனைவியின் இரு சகோதரிகளும் - இவர்களும் முசுடுகள்தான் - ஒரு விபத்தில் விலாவெலும்புகளில் ஒன்று முறிந்து போன வயதான ஓர் அத்தையும் ஆகிய தூரத்து உறவினர்களுடன்கூட, ஜெர்மன் பூர்வீகத்தவளான ஒரு பெண்ணையும், ஆயிரத்து ஓர் இரவுகளிலிருந்து கதைகள் சொல்வதில் தேர்ந்த திறமையுடையவள் என்பதற்காக வேண்டி அழைத்து வந்து தம் வீட்டில் தம்மை அண்டிப் பிழைக்கும் நிலையில் வைத்திருந்தார். அவருடைய தயவில் வாழ்ந்து வந்த இந்தத் துர்பாக்கியசாலிகளை ஓயாமல் திட்டுவதும் துன்புறுத்துவதும் தான் மனத்துக்கு இனிய அவரது பிரதான பொழுது போக்கு.

பிறவியிலேயே பல் வலியுடன் பிறந்தவளாகத் தோன்றிய அவர் மனைவியும் அடங்கலாய் இவர்களில் யாருமே அவரை எதிர்த்து ஒரு வார்த்தை பேசத் துணியாதவர்கள். ஆயினும் அவர் எந்நேரமும் இவர்களைத் திட்டிக்கொண்டிருந்தார். இவர்களிடையே சண்டை மூட்டிவிட்டு வேடிக்கை பார்த்தார்; இல்லாததையும் பொல்லாததையும் கண்டுபிடித்தும் பரப்பியும் வந்தார்; அவர்கள் ஒருவரோடொருவர் முட்டி மோதிக்கொள்வதைக் கண்டு மட்டற்ற மகிழ்ச்சியடைந்தார். அவருடைய மூத்த மகள் தனது கணவரான ஆபீசருடன் கொடிய வறுமையில் பத்து ஆண்டுகள் வாழ்ந்துவிட்டு விதவையாகி நோயாளிக் குழந்தைகள் மூவருடன் அவரிடம் திரும்பியபோது அளவிலா ஆனந்தமடைந்தார். இந்தக் குழந்தைகளை அவருக்குக் கொஞ்சமும் பிடிக்கவில்லைதான், ஆயினும் தினமும் அவர் சோதனைகள் நடத்தி மகிழ இக்குழந்தைகள் புதிய வாய்ப்புகளை அளிக்கவே கிழவர் பரம திருப்தியடையலானார். பீட்டர்ஸ்பர்க் புறத்தில் அமைந்த அந்த மர வீட்டில் கடுப்பும் குரோதமும் கொண்ட இந்தப் பெண்களும் நோயாளிக் குழந்தைகளும் தம்மை வாட்டி வதைத்த கொடுங்கோலருடன் ஒண்டியடித்துக் கொண்டு வாழ்ந்து வந்தனர். கிழவர் ஒரு பெரிய கருமி. வோட்காவுக்காக எவ்வளவு வேண்டுமானாலும் செலவு செய்த அவர் ஏனைய எதற்கும் ஒவ்வொரு தரமும் ஒருசில கோப்பெக்குகளுக்கு மேல் தர மறுத்து விட்டார். ஆகவே இந்தப் பெண்களும் குழந்தைகளும் பட்டினி கிடக்க வேண்டியிருந்தது. அதோடு இவர்கள் அதிகம் தூங்கவும் முடியவில்லை, ஏனெனில் கிழவருக்கு இராத்தூக்கம் இல்லையாதலால் இவர்கள் அருகிலிருந்து தம்மை மகிழ்விக்க வேண்டுமென்று விரும்பினார். சுருங்கக் கூறினால் இவர்கள் தமது விதியை நொந்துகொண்டு படுமோசமான வாழ்க்கை நடத்தி வந்தனர். இந்தக் காலத்தில் தான் மிலெக்கப்பித்தாயெவின் கண்களில் பிசெல்தனீமவ் படலானான். அவனுடைய நீண்ட மூக்கும் சாதுவான தோற்றமும் அவரைக் கவர்ந்துவிட்டன. பிணித் தோற்றமுடைய வளாகக் கவர்ச்சியற்றிருந்த இளைய மகளுக்கு அப்பொழுது பதினேழு வயதாகியிருந்தது. ஒரு காலத்தில் ஒரு ஜெர்மன் பள்ளிக்குப் போய் வந்தாள் என்றாலும் அரிச்சுவடிக்கு மேல் அங்கு அவள் அதிகம் கற்றுக் கொண்டுவிடவில்லை. அதன் பின் அவள் தனது குடிகாரத் தந்தையின் கவைக்கோலின் நிழலில், ஒருவருக்கு எதிராக ஒருவர்

உளவு வேலை செய்தும் கோள் சொல்லியும் கதைகட்டியும் வந்த அந்தக் குடும்பத்தின் நரக வாழ்வில் வளர்ந்து நோஞ்சான் ஆகியவள். அவளுக்கு சினேகிதிகள் யாருமில்லை, சாமர்த்தியமும் இல்லை. நீண்ட காலமாகத் திருமணம் செய்துகொண்டுவிட வேண்டுமென்று ஏங்கிக் கொண்டிருந்தாள். அயலார்கள் எதிரே மிகவும் சாது போல நடந்து கொண்டாள் என்றாலும் வீட்டில் தாயுடன் இருக்கையிலும் தம்மை அண்டிப் பிழைக்கும் பட்டாளத்தினிடையே இருக்கையிலும் அழும்புக்காரியாகவும் துறப்பணத்தைப் போலக் குடைகிறவளாகவும் இருந்தாள். தன் அக்காள் குழந்தைகளைக் கிள்ளிவிடுவதில் அவளுக்கு ஒரு தனி மகிழ்ச்சி. அவர்களை அடித்தும், அவர்கள் சர்க்கரையோ ரொட்டியோ திருடும்போது காட்டிக் கொடுத்தும் வந்தாள். ஆகவே அவளுக்கும் அவள் அக்காளுக்கும் இடையே தீராப் பகைமை இருந்தது. கிழவர் அவளைப் பிசெல்தனீமவுக்கு மணம் புரிந்து கொடுக்கத் தாமாகவே முன்வந்தார். ஏழையே என்றாலும் பிசெல்தனீமவ் இது குறித்து ஆலோசிக்கத் தனக்குச் சிறிது அவகாசம் வேண்டுமென்று கேட்டுக்கொண்டான். அவனும் அவன் தாயும் இது பற்றி நெடு நேரம் விவாதித்தனர். ஆனால் பெண்ணுடன் வீடும் கிடைக்கும்; மாடியில்லாதது, மரத்தாலானது, மிகப் பழையது என்றாலுங்கூட வீடுதான் என்பதை மறுக்க முடியாது. அதோடு பெண்ணுக்கு நானூறு ரூபிள் பணம் வேறு தரப்படும் - நெடுங்காலம் பாடுபட்டாலன்றிச் சேகரிக்க முடியாத தொகை. நான் - ஏன் ஓர் ஆடவனைக் கூப்பிட்டு என் வீட்டில் வந்திருக்கச் சொல்கிறேன் தெரியுமா?" என்று கத்தினார் அந்தக் குடிகாரக் கொடுங்கோலர். "முதலாவதாக, இந்த வீடு நிறையப் பெண்களாக இருக்கிறார்கள், என்னால் சகிக்க முடியவில்லை. பிசெல்தனீமவ் எனக்கு ஏற்றபடி தாளம் போடுவான், ஏனெனில் நான்தான் அவனுடைய இரட்சகன். இரண்டாவதாக, இவன் வருவது உங்களுக்குப் பிடிக்கவில்லை, தவியாய்த் தவிக்கிறீர்கள், அதனால்தான் இவனை இங்கு வந்து விடும்படிச் சொல்கிறேன். உங்களைப் படுத்தி வைக்க வேண்டுமென்றே இதைச் செய்கிறேன். நான் என்ன நினைக்கிறேனோ அதையேதான் செய்வேன். பர்ஃபீரி, இதைக் கேள். நீ இவள் உன்னுடைய மனைவியானதும் நீ இவளை நையப்புடைக்க வேண்டும். பிறக்கும் போதே இவளை ஏழு பிசாசுகள் பிடித்துக்கொண்டு

விட்டன. இவற்றை நீ அடித்து விரட்டியாக வேண்டும்; உனக்கு நான் ஒரு கவைக்கோல் வாங்கித் தருகிறேன்.”

பிசெல்தனீமவ் பதில் சொல்லாமல் மௌனமாகவே இருந்தான். ஆயினும் ஏற்கெனவே அவன் தீர்மானம் செய்து கொண்டுவிட்டான். திருமணத்துக்கு முன்பு அவனும் அவன் தாயும் வீட்டுக்குள் அழைத்துச் செல்லப்பட்டனர். குளித்து விட்டு வந்ததும் அவர்களுக்கு ஆடைகளும் பாத அணிகளும் தரப்பட்டன. பிறகு திருமணச் செலவுகளுக்காக அவர்களுக்குப் பணம் தரப்பட்டது. கிழவர் இவர்களை ஆதரித்ததற்கு ஏனையோர் எல்லோரும் இவர்களை வெறுத்ததுதான் காரணமாக இருந்திருக்க வேண்டும். பிசெல்தனீமவின் தாய் மீது கிழவருக்கு மெய்யாகவே அபிமானம் ஏற்பட்டு விட்டது, அவர் தம்மைக் கட்டுப்படுத்திக்கொண்டு இவ்வன்னையைத் துன்புறுத்தாமல் இருந்தார். ஆனால் பிசெல்தனீமவை, திருமணத்துக்கு ஒரு வாரம் முன்னதாக, அவர் கஸாக்கு நடனமாடும்படி உத்தரவிட்டார். அவன் ஆடியதும் “அவ்வளவு போதும், இங்கு உனக்குரிய ஸ்தானத்தை நீ உணர்ந்து நடக்கிறாயா என்று தெரிந்து கொள்ளவே உன்னை ஆடச் சொன்னேன்” என்றார். திருமணச் செலவுகளுக்காக அவர் மிகச் சொற்பத்தொகையே கொடுத்திருந்தார். ஆனால் தமது உற்றார் உறவினர்கள் எல்லோருக்கும் அழைப்பு அனுப்பிவிட்டார். மாப்பிள்ளை கொள்ளிக்கட்டை பத்திரிகை எழுத்தாளரையும் சிறப்பு விருந்தினராக அக்கிம் பெத்ரோவிச்சையும் மட்டுமே அழைத்திருந்தான். தான் மணக்கப்போகும் பெண் தன்னை வெறுத்தாள், தனக்குப் பதிலாக அந்த இராணுவ ஆபீசரையே மணக்க விரும்பினாள் என்பது பிசெல்தனீமவுக்குத் தெரிந்தது தான். ஆயினும் அவன் யாவற்றையும் பொறுமையுடன் சகித்துக் கொண்டான், அவனும் அவன் தாயும் சேர்ந்து அப்படித் தீர்மானம் செய்திருந்தனர். திருமண நாளன்று பகற்பொழுது முழுவதும் அந்தியிலும் கிழவர் குடித்து விட்டு வாயில் வந்தபடி கத்திக் கொண்டிருந்தார். வீட்டில் எல்லோரும் பின்கட்டு அறைகளில் மூச்சுத் திணறும்படி அடைந்து கிடந்தனர். முன்பக்கத்து அறைகள் நடனத்துக்காகவும் சாப்பாட்டுக்காகவும் ஒதுக்கப்பட்டிருந்தன. முடிவில் இரவு பதினொரு மணிக்குக் கிழவர் குடிபோதையில் மூழ்கி உணர்விழந்த நிலையில் படுக்கச் சென்றார். மணப்பெண்ணின் தாய், அன்று பகல் பொழுது முழுதும் பிசெல்தனீமவின் தாய் மீது விசேஷக் கடுப்பு காட்டி

வந்தவள், இதன் பிறகு மனம் இளகி நடனத்திலும் சாப்பாட்டு விருந்திலும் கலந்து கொள்வதென்று தீர்மானித்தாள். ஆனால் இவான் இலியீச்சின் வருகை யாவற்றையும் கெடுத்துவிட்டது. மிலெக்கப்பித்தாயெவின் மனைவி திரும்பவும் மனம் கோணிப் போய் ஆத்திரப்பட்டுக்கொண்டாள். மெய்யான ஜெனரல் ஒருவர் அழைக்கப்பட்டிருப்பதாக யாரும் தன்னிடம் சொல்லவில்லையே என்று அவள் எல்லோரையும் ஏசினாள். அழைக்காமலே அவர் வந்து விட்டார் என்று எல்லோரும் எவ்வளவோ சொல்லியும் அவள் அதை நம்ப மறுத்துவிட்டாள். ஷம்பெய்ன் வாங்கி வர வேண்டியிருந்தது. பிசெல்தனீமவின் தாயிடம் ஒரேயொரு ரூபிள்தான் இருந்தது, அவனிடம் ஒரு கொப்பெக் கூட இல்லை. ஆகவே பிசெல்தனீமவ் தன் மாமியார் காலில் விழுந்து கெஞ்ச வேண்டியதாயிற்று. முதலில் ஒரு ஷம்பெய்ன் புட்டிக்காகவும் பிறகு இரண்டாவது புட்டிக்காகவும் பணம் தரும்படி அவளிடம் மன்றாடினான். தனது மேலதிகாரியுடன் தனக்கு இருக்க வேண்டிய உறவுகள் குறித்தும் அலுவலகத்தில் தன்னுடைய எதிர்காலம் குறித்தும் நினைத்துப் பார்க்குமாறு, மனம் இறங்குமாறு அவளை வேண்டினான். இறுதியில் அவள் பிசெல்தனீமவுக்குப் பணம் கொடுத்தாள்; ஆனால் அதன்முன் அவனை அப்படி அவமானப்படுத்திப் பதறும்படிச் செய்துவிட்டாள்; அவன் பொறுக்க மாட்டாதவனாகப் பன்முறை மணமக்களது படுக்கை தயாரித்துப் போடப்பட்டிருந்த சிறு அறைக்குள் ஓடிச் சென்று மௌனமாகத் தலைமுடிகளை பிடித்திழுத்துக் கொண்டான்; சுவர்க்கபுரியின் இன்பங்களைச் சுவைப்பதற்குரிய அந்தப் படுக்கையிலே முகத்தைப் புதைத்துக்கொண்டான்; ஆத்திரம் தாங்க முடியாமல் அங்கமெல்லாம் துடித்தான். ஆம், இவான் இலியீச்சுக்கு இதெல்லாம் தெரியாது, அன்று இரவு தாம் குடித்த இரு ஷம்பெய்ன் புட்டிகளும் எவ்வளவு கடுமையான விலை கொடுத்து வாங்கப்பட்டவை என்பதை அவர் அறியார். இவை யாவற்றுக்கும் பிற்பாடு இப்படி ஆனதும் பிசெல்தனீமவுக்கு ஏற்பட்ட உதறலையும் துயரையும் நம்பிக்கைக்கு இடமில்லா ஏக்கத்தையும் சொல்லவும் வேண்டுமா? மீண்டும் அவன் எதிரே ஓயாத தொல்லைதான் காத்திருந்தது. எடுத்ததற்கெல்லாம் சிணுங்கும் மணப்பெண்ணின் முனகலையும் அழுகையையும் அவளுடைய அசட்டு உறவினர்களுடைய வசவுகளையும்தான் இரவு முழுவதும் அவன் எதிர்நோக்க வேண்டியிருக்கும்.

ஏற்கெனவே அவனுக்குத் தலைவலி தாங்க முடியவில்லை. சோகம் நிறைந்த காரிருள் அவன் பார்வையை மறைத்து வந்தது. உடனே உதவி தேவைப்படும் நிலையில் இதோ இங்கே இவான் இலியீச் தரையிலே கிடக்கிறார். அதிகாலை மூன்று மணியாகிவிட்ட இந்த வேளையில் டாக்டரை அழைத்து வர வேண்டும்; அல்லது அவரை வீட்டுக்கு அனுப்பி வைக்க கோச் வண்டியைத் தேடிப்பிடித்தாக வேண்டும்; அது கோச் வண்டியாக இருக்க வேண்டும், ஏனெனில் இத்தகைய ஒரு முக்கியஸ்தரை அவரது தற்போதைய நிலையில் சாதாரண ஜட்கா வண்டியில் வீட்டுக்கு அனுப்பி வைக்க முடியாது. கோச் வண்டியை ஏற்பாடு செய்யப் பணத்துக்கு எங்கே போவது? மணப்பெண்ணின் தாய், விருந்தின்போது ஜெனரல் தன்னுடன் ஒரு வார்த்தை பேசவில்லை, தன் பக்கம் திரும்பிக்கூடப் பார்க்கவில்லை என்று கடுங்கோபம் கொண்டிருந்தாள், தன்னிடம் இனி ஒரு கோப்பெக் காசுகூடக் கிடையாதென்று சொல்லிவிட்டாள். மெய்யாகவே அவளிடம் இல்லாமலும் இருந்திருக்கலாம். எங்கே போவது பணத்துக்கு? என்ன செய்யலாம்? ஆம், அவன் தலைமுடியைப் பிடித்து இழுத்துக் கொள்வதற்குப் போதிய காரணம் இருந்தது.

★★★

இதற்கிடையில் இவான் இலியீச்சைத் தூக்கிச் சென்று சாப்பாட்டு அறையிலிருந்த சிறிய தோல் மஞ்சத்தின்மீது படுக்க வைத்தனர். மேசைகள் மீது இருந்தவை அகற்றப்பட்டு மேசைகள் தனித்தனியே பிரித்து எடுத்துச் செல்லப்பட்டன. அப்பொழுது பிசெல்தனீமவ் யாரிடமாவது கொஞ்சம் கடன் வாங்கலாமென்று அங்குமிங்கும் ஓடினான். வேலைக்காரர்களிடம் கூடக் கேட்டுப் பார்த்தான். ஆனால் யாரிடமும் பணம் இல்லை. பிறகு தைரியத்தை வரவழைத்துக்கொண்டு அக்கீம் பெத்ரோ விச்சை அணுகினான். ஏனையோருடன் சென்றுவிடாமல் அவர் தங்கியிருந்தார். அவர் நல்ல மனமுடையவர்தான் என்றாலும் பணமென்றதும் திகைத்துப் போய்த் தடுமாறினார். பீதியடைந்து விட்டார் என்றே சொல்லலாம். ஒன்றும் விளங்காதவாறு ஏதோ உளறுவதைத் தவிர அவரால் அதிகம் பேச முடியவில்லை.

"இன்னொரு சமயம் மகிழ்ச்சியுடன் தருவேன்..." என்று முனகினார். ஆனால் இப்பொழுது - என்னை மன்னிக்க வேண்டும்... ஆம், மன்னிக்க வேண்டும்..."

அவர் உடனே தொப்பியை எடுத்துக்கொண்டு அவசரமாக வீட்டை விட்டு வெளியே சென்றார். கனாப்புத்தகத்தைப் பற்றிப் பேசினானே அன்பு உள்ளம் கொண்ட அந்த இளைஞன் ஒருவன் மட்டும்தான் ஏதோ ஓரளவுக்கு உதவ முன்வந்தான், அவனாலும் அதிகமாக ஒன்றும் செய்துவிட முடியவில்லை. பிசெல்தனீமவுக்கு நேர்ந்த இன்னல்களைக் கண்டு இரக்கப்பட்ட அவன் ஏனையோருடன் சென்றுவிடாமல் தங்கியிருந்தான், முடிவில் பிசெல்தனீமவும் அவன் தாயும் இந்த இளைஞனுமாகக் கலந்தாலோசித்தனர், டாக்டருக்குச் சொல்லியனுப்புவதைக் காட்டிலும் கோச் வண்டி ஒன்றைக்கொண்டு வந்து ஜெனரலை அவருடைய வீட்டுக்கு எடுத்துச் செல்வதுதான் நல்லதென்று முடிவு செய்தனர். வண்டி வந்து சேரும் வரை, உடனடியாக வீட்டு வைத்திய முறைகள் சிலவற்றை - குளிர்ந்த நீரைக்கொண்டு நெற்றியையும் தலையையும் கழுவுதல், தலையில் ஐஸ் வைத்து ஒத்துதல் முதலான முறைகளைக் - கையாண்டு பார்ப்ப தென்று தீர்மானித்தனர். பிசெல்தனீமவின் தாய் இவற்றைச் செய்வதில் முனைந்தாள். இளைஞன் கோச் வண்டியைப் பிடித்து வருவதற்காக ஓடினான். அந்த நேரத்தில் பீட்டர்ஸ்பர்க் புறத்தில் ஜட்கா வண்டிகூடக் கிடைக்காததால் அவன் வெகுதொலைவில் இருந்த வண்டிக்காரர்களது சத்திரத்துக்குச் சென்று அவர்களை எழுப்பினான். இரவில் அந்த நேரத்தில் வண்டி கொண்டுவர ஐந்து ரூபிள் கொடுத்தாலும் போதாதென்று அவர்கள் பேரம் பேசினர். முடிவில் அவர்களில் ஒருவன் மூன்று ரூபிளுக்கு வர இசைந்தான். விடியற்காலை நான்கு மணிக்குச் சற்று முன்னதாக வாடகை வண்டியுடன் இளைஞன் பிசெல்தனீமவின் வீட்டுக்கு வந்து சேர்ந்தான், ஆனால் அதற்கு நெடுநேரம் முன்னதாகவே திட்டங்கள் மாற்றப்பட்டுவிட்டன. இன்னமும் பிரக்ஞையின்றி இருந்த இவான் இலியீச் புரண்டு கொண்டும் பரிதாபமாக முனகிக் கொண்டும் அவஸ்தைப்பட்டதைக் கண்டு அவர்கள் இந்த நிலையில் அவரை எடுத்துச் செல்வது சரியல்ல, அபாயகரமாகவுங்கூட ஆகிவிடலாம் என்று அஞ்சினர், “அதனால் என்ன நேருமோ, யாருக்குத் தெரியும்?” என்று முற்றிலும் மனம் ஒடிந்து போய்த் தன்னைத்தானே கேட்டுக் கொண்டான் பிசெல்தனீமவ். மற்றொரு பிரச்சினை எழுந்தது; அவரைத் தம் வீட்டிலேயே வைத்துக்கொள்வதென்றால், படுக்கைக்கு என்ன செய்வது? அந்த வீட்டில் இரண்டே இரண்டு கட்டில்கள்தான் இருந்தன - ஒன்று மிலெக்கப்பித்தாயெவும்

அவர் மனைவியும் படுத்துக் கொண்ட மிகப் பெரிய மஞ்சம்; மற்றொன்று திருமணத் தம்பதிகளுக்காகப் புதிதாய் வாங்கப்பட்ட, வால்னட் மரத்தாலானது போன்ற தோற்றமுடைய இரட்டைக் கட்டில். மற்ற எல்லோரும் தரையிலே தான் படுத்துக்கொண்டனர், சிறகடைத்த மெத்தைகளில் ஒண்டியடித்துக்கொண்டு படுத்துறங்கினர். அந்த மெத்தைகள் அலங்கோலமான நிலையில் நாற்றம் வீசும்படி அழுக்கேறியிருந்தன. அவையுங்கூட பற்றாக் குறையாகவே இருந்தன. ஆகவே ஜெனரலை எங்கே படுக்க வைப்பது? சிறகடைத்த மெத்தை ஒன்றை எப்படியோ தேடிக்கொண்டு வந்தாலுங்கூட - தூங்கிக் கொண்டிருப்போருக்கு அடியிலிருந்து இழுத்து எடுத்து வந்தாலுங்கூட - அதை எங்கே, எதன்மீது போடுவது? வசிப்பறைதான் சிறந்த இடமாகும், குடும்பத்தாரின் உறைவிடங்களிலிருந்து இது தனித்துச் சற்று தொலைவில் இருந்ததோடு தனிவாயிலையும் பெற்றிருந்தது. ஆனால் மெத்தையை எதன்மீது போடுவது? நாற்காலிகளை இழுத்து வைத்து அவற்றின்மீது போடுவது சரியல்ல. சனி, ஞாயிறு விடுமுறையின்போது பள்ளிக்கூடச் சிறுவர்களுக்கு அல்லவா நாற்காலிகளில் படுக்கை தயாரித்துக் கொடுப்பது வழக்கம். இவான் இலியீச்சைப் போன்ற ஒருவருக்கு இப்படிப் படுக்கை தயாரித்தால் அது கௌரவக் குறைவாகக் கருதப்படும். காலையில் அவர் விழித்துக்கொண்டதும் நாற்காலிகள்மீது படுத்திருந்தோம் என்பதைக் காணும்போது என்ன சொல்வார்? பிசெல்தனீமவ் இந்த ஆலோசனைக்குச் செவிசாய்க்கக் கூடாது. ஒரேயொரு வழிதான் இருக்கிறது - மணமக்களது படுக்கையிலே அவரைப் படுக்க வைப்பது ஒன்றுதான் வழி. ஏற்கெனவே நாம் கூறியது போல மணமக்களுக்கான இந்தக் கட்டில் சாப்பாட்டு அறையை ஒட்டினாற்போல ஒரு சிறு அறையில் இருந்தது. புதிதாக வாங்கப்பட்ட இரட்டைமெத்தை இதன்மீது போடப்பட்டிருந்தது. இதுவரை யாரும் இதில் படுக்கவில்லை. சுத்தமான விரிப்புகளும், மடிப்பு விளிம்புகளையுடைய மயிலின் உறைகளிட்ட நான்கு மென்சிவப்புத் தலையணைகளும் இருந்தன. மிருதுவான வாத்து இறகு அடைத்த மெத்தைப் போர்வை மென்சிவப்பு சாட்டின் துணியில் கோலத் தையல்களிட்டு அழகாகத் தைக்கப்பட்டிருந்தது. மயிலின் திரைச்சீலை ஒரு கில்ட் வளையத்தினுள் கோர்த்து மாட்டப்பட்டிருந்தது. மொத்தத்தில் சிறப்பாகவே

இருந்தது. அனேகமாய் எல்லா விருந்தினர்களும் இந்தப் படுக்கையறையினுள் வந்து பார்வையிட்டனர். எல்லோரும் வாயாரப் புகழ்ந்து விட்டுச் சென்றனர். மணப்பெண்ணுக்குப் பிசெல்தனீமவைக் கொஞ்சமும் பிடிக்கவில்லை என்றாலும், யாருக்கும் தெரியாமல் இந்தப் படுக்கையை இன்னொரு தரம் பார்த்து விட்டு வரவேண்டுமென்று பல தடவை அன்று மாலை அவள் இவ்வறைக்குள் வந்தாள். மணப்பெண்ணாகிய தனக்குரிய இப்படிப்பட்ட படுக்கையில், காலரா போன்ற தோர் உபாதையால் பீடிக்கப்பட்ட அந்த விருந்தினரைப் படுக்க வைக்கப் போகிறார்கள் என்பது தெரிந்ததும் அவளுக்கு வந்த ஆத்திரத்தையும் ஆவேசத்தையும் கூற வேண்டுமா? மணப்பெண்ணின் தாய் அவள் சார்பில் போராட முற்பட்டு வாயில் வந்தபடி ஏசினாள். மறுநாள் தன் கணவரிடம் புகார் செய்யப் போவதாக மிரட்டினாள். ஆனால் பிசெல்தனீமவ் எதற்கும் மசியவில்லை, தான் சொல்கிறபடியே நடைபெற வேண்டுமென்று கூறிவிட்டான். இவான் இலியீச்சைத் தூக்கி வந்து மணமக்களது படுக்கையிலே படுக்க வைத்தனர். மணமக்களுக்காக நாற்காலிகளின்மீது விரைப்பான மெத்தையைப் போட்டுப் படுக்கை தயாரிக்கப்பட்டது. மணப்பெண் செறுமியழுதாள், எல்லோரையும் நறுக்கெனக் கிள்ள விரும்பினாள், ஆனால் முடிவில் வேறு வழியின்றி அடங்கிவிட்டாள். அப்பாவிடமிருந்த கவைக்கோலை அவள் நன்கு அறிவாள். மறுநாள் அவர் இவ்விவகாரங்கள் குறித்து விவரமாய்க் கேட்டுத் தெரிந்து கொண்டுவிடுவார் என்பது அவளுக்குத் தெரியும். அவளுக்கு ஆறுதல் அளிக்கும் பொருட்டு மென்சிவப்பு வாத்து இறகு மெத்தைப் போர்வையும் மயிலின் உறைகளிட்ட தலையணைகளும் வசிப்பறைக்கு எடுத்து வரப்பட்டன. அந்த நேரத்தில் கோச் வண்டியுடன் வந்து சேர்ந்தான் அந்த இளைஞன். வண்டி தேவையில்லை என்பதைக் கேட்டதும் அவன் வெலவெத்துப் போனான். வண்டிச் சத்தத்தை அவன் தான் கொடுத்தாக வேண்டும். ஆனால் தன்னுடையது என்று சொல்லிக்கொள்ள இதுவரை ஒரு பத்துக் கோப்பெக் காசுகூட இளைஞனிடம் இருந்ததில்லையே, என்ன செய்வான் அவன்? பிசெல்தனீமவ் தனது வக்கற்ற நிலையை அறிவித்துக் கொண்டான். வண்டிக்காரனைச் சாந்தப்படுத்த முயன்று பார்த்தனர், ஆனால் அவன் கூச்சலிட்டும் சன்னல் அடைப்புகளைத் தடதடவென தட்டியும் ரகளை செய்தான்.

முடிவில் என்ன ஆயிற்றோ, எனக்குத் தெரியாது. இளைஞன் தன்னைப் பிணையமாய் ஒப்படைத்துக்கொண்டு வண்டியில் ஏறி நான்காவது ரழ்தேஸ்த்வென்ஸ்கயாத் தெருவுக்குச் சென்றான், அங்கே தன் நண்பனுடைய வீட்டில் இரவைக் கழித்த ஒரு மாணவனை எழுப்பி அவனிடம் ஏதாவது பணம் இருக்குமா, பார்க்கலாமெனச் சென்றான். மணமக்கள் இருவரும் அறையில் பூட்டப்பட்டுத் தனியே விடப்பட்டபோது காலை நான்கு மணிக்கு மேலாகிவிட்டது. பிசெல்தனீமவின் தாய் பிணியுற்ற ஜெனரலுக்கு அருகே இரவு முழுவதும் இருந்து அவரைக் கவனித்துக்கொண்டாள். தரையிலே ஒரு கம்பளத்தை விரித்து தனது பழைய கோட்டைப் போர்த்திக் கொண்டு படுத்தாள், ஆனால் அவ்வன்னை தூங்க முடியவில்லை. அடிக்கடி எழுந்து வர வேண்டியிருந்தது - இவான் இலியீச்சுக்கு வயிற்றுப் போக்கு நிற்கவே இல்லை. துணிவும் பெருந்தன்மையும் படைத்த வயதான அவ்வன்னை தம் கையால் அவர் உடைகளைக் கழற்றி தன் சொந்த மகனைக் கவனித்துக் கொள்வது போல அவரைக் கவனித்துக்கொண்டாள், தேவையான பாத்திரத்தை எடுத்துக்கொண்டு இரவு முழுவதும் அந்தப் படுக்கை அறையிலிருந்து நடைபாதை வழியே போய் வந்த வண்ணமிருந்தார். ஆயினும் அன்றைய இரவின் சோக நிகழ்ச்சிகள் இத்துடன் முடிவடைந்துவிட்டதாக நினைக்க வேண்டாம்.

★★★

இளம் தம்பதிகள் அறைக்குள் பூட்டப்பட்டுப் பத்து நிமிடம்கூட ஆகியிருக்காது. அதற்குள் நெஞ்சைப் பிளக்கும் கூச்சல் கேட்டது - மகிழ்ச்சிக் கூச்சலல்ல, பெரிய அபாயத்தை அறிவிக்கும் கூச்சல். இதைத் தொடர்ந்து தொப்பென்ற சப்தமும் நாற்காலிகள் தடதடவென விழுவதும் கேட்டன. உடனே துணுக்குற்றுப் பதறிப் போய் ஓடோடி வந்த பெண்கள் பெருங்கூட்டம் அந்த இருட்டறையின்மீது படையெடுத்தது. ஆடைகளைக் களைந்து உள்ளுடுப்புகளில் இருந்தோரும் அரைகுறையாய்க் களைந்தோரும் அப்படியப்படியே வந்து விட்டனர். மணப்பெண்ணின் தாய், பிணியுற்ற குழந்தைகளை விட்டு விட்டு ஓடிவந்த அக்காள், விலாவெலும்பு முறிந்தவள் உட்பட மூன்று அத்தைகள் முதலான பலரும் துடிதுடித்துக் கொண்டு ஓடிவந்துவிட்டனர். சமையற்காரியும், மற்றும் கதை சொல்வதில் வல்லவளாக இக்குடும்பத்தில் அண்டிப் பிழைத்து

வந்த அந்த ஜெர்மன் நாட்டுக்காரியும் என்ன ஆயிற்றெனப் பார்ப்பதற்காக அங்கு வந்திருந்தனர். இந்த ஜெர்மன் நாட்டவளின் மெத்தைதான், அந்த வீட்டில் இருந்தவற்றுள் மிகச் சிறந்ததும் அவளுக்கிருந்த ஒரேயொரு ஆஸ்தியுமான அம்மெத்தைதான், பலாத்காரமாக அவளுக்கு அடியிலிருந்து இழுத்தெடுக்கப்பட்டு மணமக்களுக்குத் தரப்பட்டிருந்தது. பொல்லாத சாமர்த்திய சாலிகளாகிய இந்தப் பெண்கள் எல்லோரும் அடங்காத ஆவல் கொண்டு கடந்த கால் மணி நேரமாக அடுப்பங்கரையிலிருந்து திருட்டுத்தனமாக வெளியே வந்து ஓசையின்றி நடைவழியிலே நுனிவிரல்களில் நடந்து கூடத்தில் என்ன நடைபெறுகிறதென்று காதைத் தீட்டிக்கொண்டு கவனித்து வந்தனர். இதற்கிடையில் அவசரமாக யாரோ ஒருவர் மெழுகுவர்த்தியைப் பற்றவைத்ததும், சிறிதும் எதிர்பாராத ஒரு காட்சியை அவர்கள் எல்லோரும் கண்ணுற்றனர். விரைப்பான மெத்தையின் முனைகளை மட்டுமே தாங்கி நின்ற நாற்காலிகள் தம்பதிகள் இருவரின் எடையாலும் அழுத்தப்பட்டதும் நகர்ந்து விடவே மெத்தை அவற்றுக்கிடையே சரிந்து தரையில் விழுந்துவிட்டது. மணப்பெண் ஆத்திரம் தாங்காமல் செறுமிக் கொண்டிருந்தாள். இம்முறை அவளுடைய சீற்றம் எல்லை கடந்து விட்டது. கதி கலங்கிப் போன பிசெல்தனீமவ் கையும் களவுமாகப் பிடிபட்ட திருடனைப் போலத் திறுதிறுவென விழித்துக்கொண்டு நின்றான். அவன் தன்னைத் தற்காத்துக் கொள்வதற்குக் கூட முயலவில்லை. நாற்புறமிருந்தும் அங்கலாய்ப்பு முனகல்களும் ஆத்திரக் கூச்சல்களும் எழுந்தன. சப்தத்தைக் கேட்டு பிசெல்தனீமவின் தாயும் அங்கு ஓடிவந்தாள், ஆனால் இந்தத் தடவை மணப்பெண்ணின் தாய் முழு வெற்றி பெற்றாள். பிசெல்தனீமவின்மீது பெரும்பாலும் நியாயமற்ற முறையில் வினோத வகையில் வசைமாரி பொழிய முற்பட்டாள் இதன் பின் கணவனென்று கூறிக்கொள்ள அருகதை உண்டா உனக்கு? இந்த அவக்கேட்டுக்குப் பிற்பாடு உன்னை யாராலும் மதிக்க முடியுமா? என்றெல்லாம் ஏசிவிட்டு முடிவில் தன் மகளின் கையைப் பிடித்து மணமகனிடமிருந்து அவளை அழைத்துச் சென்றுவிட்டாள். பொழுது விடிந்ததும் மணப்பெண்ணின் தந்தை ஆவேசமுற்று விசாரிக்கையில் அவருக்குப் பதிலளிக்கும் பொறுப்பைத் தானே ஏற்றுக்கொள்ளத் தீர்மானித்து விட்டாள். ஏனையோரும் அங்கலாய்த்தவாறும் தமது தலையை ஆட்டி ஆட்சேபம் தெரிவித்தவாறும் அவளைப் பின்தொடர்ந்து

வெளியே சென்றனர். பிசெல்தனீமவுடன் இப்பொழுது அவன் தாய் மட்டுமே இருந்தாள். அவ்வன்னை அவனைத் தேற்ற முயன்றாள், ஆனால் அவன் உடனே அவளை அங்கிருந்து போய் விடும்படி விரட்டியடித்தான்.

அவனை ஆற்றாத்துயர் ஆட்கொண்டுவிட்டது. அத்தியாவசிய மான சில உள்ளுடுப்புகள் அணிந்து வெறுங்காலுடன் இருந்த அவன் தள்ளாடி நடந்து மஞ்சத்திடம் சென்று அதன்மீது அமர்ந்து கொண்டு பொறுக்க மாட்டாத சோகச் சிந்தனையில் மூழ்கலானான். எண்ணங்கள் ஒன்றையொன்று விரட்டிச் சென்று அவன் மூளையைக் குழப்பின. உணர்வற்றவனாகச் சற்றுநேரம் அவ்வறையைச் சுற்றிலும் தன் பார்வையைச் செலுத்தினான். கொஞ்ச நேரத்துக்கு முன்பு விருந்தினர்கள் இதே அறையில்தான் அப்படி ஆவேசமாக ஆடிக்களிப்புற்றனர். சிகரெட்டுப் புகை இன்னும் இங்கு அடங்கியாகவில்லை. அழுக்கேறிய தரையில் திட்டுத்திட்டாக ஈரம் படிந்திருந்ததோடு மிட்டாய்க் காகிதங்களும் சிகரெட்டுத் துண்டுகளும் சிதறிக் கிடந்தன. மணத்தம்பதிகளுடைய படுக்கை கிடந்த அலங்கோலக் காட்சியும், கவிழ்ந்து கிடந்த நாற்காலிகளும் மிகச் சிறந்த உறுதியான மண்ணுலக நன்னம்பிக்கைகள், கனவுகளின் வீண்பெருமைக்குச் சான்று கூறின. பிசெல்தனீமவ் ஏறத்தாழ ஒரு மணி நேரம்வரை இவ்வாறு உட்கார்ந்து இருந்தான். அலுவலகத்தில் இனி எனக்கு ஏற்படப் போகும் கதி என்ன? - என்பது போன்ற இருண்ட எண்ணங்களைத் தவிர அவன் மனத்துள் வேறு எதுவும் உதிக்கவில்லை. எப்படியும் தான் வேறோரு வேலை தேட வேண்டியிருக்கும், இன்று இரவு நடைபெற்றவை யாவற்றுக்கும் பிறகு தனது பழைய வேலையில் இருந்து கொண்டிருக்க முடியாது என்பதை உணர்ந்து துயரம் அவன் நெஞ்சை அடைத்தது. மிலெக்கப்பித்தாயெவைப் பற்றி நினைத்துக்கொண்டான் - அவருக்குப் பணிந்து நடப்பவன் தானா என்று சோதிப்பதற்காக வேண்டி நிச்சயம் நாளைக்கு கஸாக்கு நடனம் ஆடிக் காட்டும்படி தனக்கு உத்தரவிடுவார். திருமணச் செலவுகளுக்காக அவர் தனக்கு ஐம்பது ரூபிள் பணம் கொடுத்தது மெய்தான். இதில் ஒரு கோப்பெக் கூட பாக்கியில்லாமல் யாவும் செலவாகிவிட்டது. ஆனால் சீதனமாக அவர் வாக்களித்திருந்த அந்த நானூறு ரூபிளைத் தருவது குறித்து அவர் வாய் திறக்கவே இல்லை. வீடுங்கூட

இன்னும் தன் பெயரில் பதிவு செய்யப்பட்டாக வில்லை. பிறகு அவன் தன் மனைவியைப் பற்றிச் சிந்திக்கலானான்; தன் வாழ்க்கையில் மிகவும் முக்கியமான ஒரு தருணத்தில் அவள் தன்னைப் புறக்கணித்து விட்டதையும், உயரமான அந்த இராணுவ ஆபீசர் ஒற்றைக் காலில் அவள் முன்னால் மண்டியிட்டதையும் நினைத்துப் பார்த்தான். ஆம், அவன் அதை நன்றாகவே பார்த்து மனத்துள் பதிவு செய்து வைத்திருந்தான். அவளைப் பிடித்திருந்த ஏழு பேய்களையும் பற்றி நினைத்தான் - அவளுடைய தந்தையேதான் இது பற்றி சாட்சியம் அளித்திருந்தாரே. இந்த ஏழு பேய்களையும் விரட்டியடிப்பதற்காகத் தயாரிக்கப்பட்ட கவைக்கோலையும் நினைத்துப் பார்த்தான். மிகப் பலவற்றையும் சகித்துக்கொள்ளும் ஆற்றல் தனக்கு உண்டென நினைத்திருந்தான் என்றாலுங்கூட தன் பலத்திலேயே இப்பொழுது அவனுக்குச் சந்தேகம் உண்டாகும்படி விதி அவனை வஞ்சித்து வேடிக்கை பார்த்தது.

இப்படியெல்லாம் நினைத்து பிசெல்தனீமவ் துயரப்பட்டுக் கொண்டிருந்தான். அப்பொழுது மெழுகுவர்த்தியின் சுடர் தணிந்து வந்தது. படபடத்துக்கொண்டிருந்த அதன் வெளிச்சம் நேரே பிசெல்தனீமவின் பக்கவாட்டு உருவரை மீது பட்டு சுவரில் பிரம்மாண்ட நிழலை விழச் செய்தது - கொக்கு போன்ற நீண்ட கழுத்தும், வளைந்த கிளிமூக்கும், நெற்றியிலிருந்து ஒன்றும் பின்தலையிலிருந்து மற்றொன்றுமாகத் துருத்திக்கொண்டு நின்ற இரு குடுமிகளும் இந்த நிழலில் தெரிந்தன. இறுதியில் அதிகாலையின் புத்தொளியும் உணர்வும் அறையினுள் மெல்லத் தலைகாட்ட முற்பட்ட பொழுது, அங்கமெல்லாம் நடுங்கும் நிலையில் பிரமித்துப் போனவனைப்போல் தட்டுத் தடுமாறியபடி நாற்காலிகளுக்கு இடையே விழுந்து கிடந்த மெத்தையிடம் சென்றான். எதையும் சரி செய்யாமலே மெழுகுவர்த்தியை அணைத்து விட்டு, தலைக்கடியில் ஒரு தலையணையைக்கூட எடுத்து வைத்துக் கொள்ளாமல், கலைந்து கிடந்த மெத்தை விரிப்புகளின் மீது விழுந்து மறுநாள் தூக்கிலிடப்படப் போகும் மரணதண்டனைக் கைதிகளுக்கு மட்டுமே தெரிந்திருக்கக் கூடிய சாக்காட்டை ஒத்த உணர்வற்ற ஆழ்ந்த நித்திரையில் மூழ்கினான்.

★★★

ஆனால் மணமக்களது படுக்கையில் இவான் இலியீச் பிரலீன்ஸ்கி கழிக்க நேர்ந்த அந்த இரவின் நரகவேதனையுடன் ஒப்பிடக் கூடியது எதுவுமே இல்லை. ஆரம்பத்தில் கணப்பொழுதுகூட ஓய்வின்றி தலைவலியும் குமட்டலும் ஏனைய பல உபாதைகளும் அவரை வேதனைப்படுத்தின. நரகத்தின் எல்லா வேதனைகளையும் அவர் அனுபவிக்க வேண்டியிருந்தது. இலேசாகத் துளியளவே அவருள் எஞ்சியிருந்த சுயநினைவு அவ்வளவு பயங்கரமான, சோகம் நிறைந்த, வெறுக்கத்தக்க காட்சிகளை அவர் கண்ணெதிரே தெரியச் செய்தது, அறவே அவர் நினைவிழந்திருந்தால் கூட இதைக்காட்டிலும் நன்றாக இருந்திருக்குமே என்று நினைக்கத் தோன்றிற்று. இன்னும் அவர் எண்ணங்கள் குழப்படியாகவேதான் இருந்தன. பிசெல்தனீமவின் தாயை அவர் அடையாளம் தெரிந்துகொள்ள முடிந்தது. 'வேண்டாம். வேண்டாம். கொஞ்ச நேரம் பொறுத்துக்கொள்ளுங்கள். எல்லாம் சரியாகிவிடும்.' என்று அவர் அருமையாகக் கூறியதைக் கேட்க முடிந்தது. அவர் யார் என்று அடையாளம் தெரிந்தாலுங்கூட அவர் ஏன் தன்னருகே இருக்க வேண்டும் என்பதற்கான காரணம் இவான் இலியீச்சுக்கு விளங்கவே இல்லை. தீய நிழலுருவங்கள் அவர் எதிரே தோன்றின - அடிக்கடி செமியோன் இவானவிச் தம் எதிரே தோன்றக் கண்டார். ஆனால் கூர்ந்து கவனித்ததும் அது செமியோன் இவானவிச் அல்ல, பிசெல்தனீமவின் மூக்கு என்பது தெரிந்தது. அந்த ஓவியர், இராணுவ ஆபீசர், கன்னங்களை அணைத்துத் தலைக்குட்டை கட்டியிருந்த அந்த வயதான அம்மையார் ஆகிய எல்லோரும் அதிவேகமாகத் தோன்றி அவர் கண்களிலிருந்து மறைந்தனர். யாவற்றையும்விட அவருடைய சிந்தனையை ஈர்த்து வந்தது திரைச்சீலைகளைக் கோப்பதற்காகத் தலைக்கு மேலே இருந்த அந்த கில்ட் வளையம்தான். உருகிக் கரைந்து அடிமுனைக்கு அருகே வந்து விட்ட அந்த மெழுகுவர்த்தியின் மங்கலான வெளிச்சத்தில் அது தெளிவாய் அவர் கண்ணுக்குத் தெரிந்தது. "இந்த வளையம் எதற்காக? இது ஏன் இங்கே இருக்கிறது?" என்று அவர் ஓயாமல் தம்மைத் தாமே கேட்டுக்கொண்டிருந்தார். அந்த வயதான அன்னையிடம் திரும்பத் திரும்ப விசாரித்தார். ஆனால் தாம் கேட்க விரும்பியதை அல்லாமல் வேறு ஏதோ ஒன்றை அவர் சொல்லியிருக்க வேண்டும்; ஏனெனில் அவர் விளக்கிக் கூற எவ்வளவோ முயன்றும்கூட அவ்வன்னையால் புரிந்து கொள்ள

தமிழில்: ரா. கிருஷ்ணய்யா | 89

முடியவில்லை. முடிவில், விடிவதற்குச் சற்று முன்னதாக உபாதைகள் நின்று அவர் தூங்க முற்பட்டார், சுமார் ஒரு மணி நேரத்துக்குக் கனவின்றி நன்றாகத் தூங்கினார். அவர் விழித்துக்கொண்டபோது அனேகமாய் முழு அளவுக்குச் சுய நினைவு திரும்பிவிட்டது. தலைவலி தாங்க முடியவில்லை, வாயில் அருவருப்பான ஒரு கசப்பு குமட்டிற்று, நாக்கு சொரணைற்றுக் கம்பளித் துணிபோல் இருந்தது. அவர் எழுந்து உட்கார்ந்தார், சுற்றிலும் பார்த்து விட்டுச் சிந்திக்க முயன்றார். அதிகாலைப் பொழுதின் மங்கலான ஒளி சன்னல் அடைப்புக்களின் இடுக்குகள் வழியே கசிந்து வந்து சுவரில் அகன்று விரிந்த பட்டைகளாய்ப் படிந்தன. காலை சுமார் ஏழு மணி இருக்கும். எங்கே இருக்கிறோம் என்பதை அவர் உணர்ந்துகொண்டார். இரவில் நடைபெற்றவையும், விருந்தின்போது நிகழ்ந்தவையும், தீரச் செயல் புரிய முயன்று தாம் தோல்வியுற்றதும், தாம் நிகழ்த்திய சொற்பொழிவும் அவருக்கு நினைவு வந்தன; இவை யாவற்றின் விளைவாய் என்னவெல்லாம் பேசப்படும், நினைக்கப்படும் என்பது நொடிப்பொழுதில் பயங்கரத் தெளிவோடு அவர் எதிரே தெரிந்தது அவர் கண்கள் சுற்றிலும் பார்வையிட்டுத் தமது சிப்பந்தி ஒருவருக்காகத் தயார் செய்யப்பட்டிருந்த இனிய மணமக்கள் படுக்கையைக் காணச் சகியாத அலங்கோலமாகத் தாம் பாழ்படுத்தியிருந்ததைக் கவனித்தன. உடனே அவர் இதயத்தில் துடித்தெழுந்த வேதனையும் வெட்கமும் தாள முடியாமல் அவர் வாய் விட்டுக் கத்தியவாறு, கைகளால் முகத்தை மூடிக்கொண்டு மனம் ஒடிந்து போய்த் தலையணைமீது சாய்ந்து விழுந்தார். ஒரு நிமிடத்துக்குப் பிற்பாடு படுக்கையிலிருந்து துள்ளி எழுந்தார். தமது ஆடைகள் சுத்தமாக மடித்து ஒரு நாற்காலியின் மீது வைக்கப்பட்டிருந்ததைக் கண்டதும் உடனே பாய்ந்து அவற்றை எடுத்தார் பீதியுற்றுப் பின்பக்கம் திரும்பிப் பார்த்துக்கொண்டு அவசர அவசரமாக அவற்றை அணிந்து கொண்டார். அவருடைய கோட்டும் தொப்பியும் இன்னொரு நாற்காலியில் இருந்தன. அவருடைய கரும்பழுப்புக் கையுறைகள் தொப்பியினுள் பத்திரமாக வைக்கப்பட்டிருந்தன. யார் கண்ணிலும் படாமல் வெளியே நழுவி விட வேண்டுமென அவர் விரும்பினார். ஆனால் திடுமெனக் கதவைத் திறந்து கொண்டு பிசெல்தனீமவின் வயதான தாய் உள்ளே வந்தாள். மண் கூஜாவையும் ஒரு பெரிய பீங்கான் வட்டிலையும் அவள்

எடுத்து வந்தாள். வட்டிலைக் கீழே வைத்துவிட்டு, அவரிடம் முகத்தைக் கழுவிக் கொள்ளும்படி கூறினார்.

“தேவரீர், கழுவிக்கொள்ள வேண்டும், முகம் கழுவாமல் வெளியே போகக் கூடாது.”

இவ்வுலகில் தாம் யார் எதிரிலும் அச்சமின்றி அமைதியாக இருக்க முடியுமாயின், அவர் இந்த வயதான அன்னையே அன்றி வேறு யாருமல்ல என்று அக்கணத்தில் இவான் இலியீச் நினைத்துக்கொண்டார். அவர் முகம் கழுவிக்கொண்டார். இதன்பின் நெடுநாட்களுக்குப் பிற்பாடு, மனச்சோர்வுற்ற தருணங்களில், துயரத்துக்குரிய ஏனைய பலவற்றுக்குமிடையே அவர் இப்பொழுது இங்கு விழித்தெழுந்தது பற்றிய விவரங்களையும் நினைத்துக் கொள்வார் மண் கூஜா, நீர் நிறைந்த பீங்கான் வட்டில், அதில் மிதந்த பனிக்கட்டி வில்லைகள், இளம் மணத் தம்பதிகளுக்காக வாங்கப்பட்டதாயினும் விதி வசத்தால் தான் அதை முதலில் உபயோகிக்க நேர்ந்த எழுத்துப் பதிக்கப்பட்டு சென்னிறக் காகிதத்தில் சுற்றி வைக்கப்பட்ட பதினைந்து கோப்பெக் பெறுமானமுள்ள அந்த நீள்வட்ட வடிவ சோப்பு... மற்றும் தமது இடது தோளில் கைத்துண்டுடன் தயாராக அந்த வயதான அன்னை நின்று கொண்டிருந்த காட்சி... ஆகிய எல்லா விவரங்களையும் கண்ணெதிரே காண்பார். குளிர்ந்த நீர் அவருக்குப் புத்துணர்வு அளித்தது, அவர் துடைத்துக் கொண்டார், பிசெல்தனீமவின் தாய் எடுத்துக் கொடுத்த தொப்பியையும் கோட்டையும் அவசரமாகப் பற்றிக் கொண்டு, வாய் திறந்து ஒரு வார்த்தை சொல்லாமலே, இரவெல்லாம் அருகே இருந்து தம்மைக் கவனித்துக் கொண்ட அவ்வன்னைக்கு நன்றி தெரிவிக்காமலே நடைவழியையும் சமையலறையையும் கடந்து ஓடினார். சமையலறையில் பூனை கத்திக் கொண்டிருந்தது. சமையற்காரி தனது மெத்தையிலிருந்து எழுந்து அவரை வியப்புடன் உற்றுப் பார்த்தாள். முற்றத்துக்கும் பிறகு தெருவுக்கும் விரைந்தோடி வந்து அங்கே போய்க் கொண்டிருந்த ஜட்கா வண்டியைக் கூப்பிட்டார். காலைப் பொழுது கடுங்குளிராக இருந்தது, மஞ்சள் நிறப் பனிமூட்டம் எல்லா வீடுகளையும் பிறவற்றையும் மறைத்திருந்தது. இவான் இலியீச் கோட்டுக் காலரைத் தூக்கி விட்டுக்கொண்டார். எல்லோரும் தம்மையே உற்று நோக்குவது போல, எல்லோரும் தம்மை அடையாளம் தெரிந்து கொண்டுவிட்டது போல, தாம்

யார் என்பதை அறிந்து கொண்டு விட்டது போல அவருக்கு ஓர் உணர்ச்சி உண்டாயிற்று.

★★★

எட்டு நாட்கள் வரை அவர் வீட்டை விட்டு எங்கும் செல்லவில்லை, தமது அலுவலகத்தின் பக்கம் தலைகாட்டவில்லை. அவருக்குப் பிணி, கடும் பிணி - உடற்பிணி அல்ல, மனப் பிணி. அந்த எட்டு நாட்களில் அவர் நரகத்தின் எல்லாக் கொடுமைகளையும் அனுபவித்துவிட்டார். அடுத்த உலகில் இது அவர் கணக்கில் வரவு வைக்கப்பட்டிருக்க வேண்டும். மடாலயத் துறவியாகி விட வேண்டு மென்று மெய்யாகவே சில தருணங்களில் நினைக்கலானார். ஆம், மெய்யாகவே அவருடைய கற்பனை இத்திசையிலே செல்ல முற்பட்டது. தரைக்கடியிலிருந்து மெதுவாய்ப் பாட்டு ஒலிக்கக் கேட்டார், திறந்த சவப்பெட்டி கண்ணெதிரே தெரியக்கண்டார், காடு அல்லது குகையில் தனிக் கொட்டடி ஒன்றில் வாழ்ந்து வருவதாகக் கற்பனை செய்து பார்த்தார். பிறகு பித்தம் தெளிந்ததும் இதெல்லாம் சுத்த அபத்தம், அளவு மீறிச் செல்வதாகும் என்பதை ஒத்துக்கொண்டார். இப்படியும் தனக்கு ஓர் எண்ணம் வந்ததே என்று வெட்கப்பட்டுக் கொண்டார். பாழ்பட்டு விட்ட தமது எதிர்காலத்தை எண்ணி மனம் வருந்த முற்பட்டார். பிறகு திரும்பவும் அவர் இதயத்தில் வெட்கம் நிரம்பி வழிந்து, வதைத்தது, அவருடைய புண்களைக் குத்திக் கிளறியது. அவருடைய மனத்திரையிலே ஓடிய நினைவுகள் அவரை நடுங்கச் செய்தன. அலுவலகத்துக்கு அவர் திரும்பிச் சென்றதும் அவர்கள் தம்மைப் பற்றி என்னவெல்லாம் கூறுவார்கள், என்னவெல்லாம் நினைப்பார்கள், ஆண்டு முழுவதும், ஏன் பத்தாண்டும் கூட, தம் வாழ்வெல்லாம்கூட தம்மைப் பற்றி இரகசியமாக என்னவெல்லாம் சொல்வார்கள்? இந்த விவகாரத்தைப் பற்றிய பேச்சு வருங்காலச் சந்ததிகளிடமும் அல்லவா அடிபடும். சில தருணங்களில் அவருக்கு ஏற்பட்ட பீதியில் அவர் செமியோன் இவானவிச்சிடம் சென்று மன்னிப்புக் கேட்பதற்கும் அவருடைய நட்புக்காக மன்றாடுவதற்கும் தயாராக இருந்தார். தமது செயலுக்கு நியாயம் கூற அவர் முயற்சி செய்யவில்லை; அதற்குப் பதில் தம்மைத் தாமே கடுமையாகக் கண்டித்துக்கொண்டார். தமது நடத்தைக்கு அவரால் எந்த நியாயமும் கூற முடியவில்லை, அப்படிப்பட்ட

ஒரு நியாயத்தைத் தேடிப் பிடிக்கவும் அவருக்கு வெட்கமாக இருந்தது.

அவர் உடனே ராஜினாமா எழுதிக் கொடுத்துவிட்டு, தனித்திருந்து மனிதகுலத்தின் இன்ப வாழ்வுக்காகப் பாடுபடலாம் என்றுகூட நினைத்தார். எப்படியும் இனி அவர் தமது நண்பர்கள் எல்லோரையும் மாற்றிக்கொண்டே ஆக வேண்டும், தன்னைப் பற்றிய நினைவுகளை அடியோடு அழித்துவிடும்படியான முறையில் இதைச் செய்தாக வேண்டும். பிறகு இதுவும் அபத்தம்தான், தம்மிடம் வேலை செய்யும் சிப்பந்திகளுடன் மேலும் கண்டிப்புடன் நடந்து கொள்ளுவதன் மூலம் யாவற்றையும் சரி செய்து விடலாம் என்ற எண்ணம் அவர் மனத்துள் உதித்தது. இத்தகைய தருணங்களில் அவருக்கு நம்பிக்கை பிறந்து விடும்; அவர் உற்சாகமடைவார். தொடர்ந்து எட்டு நாட்களாக இவ்வாறு சந்தேகத்தால் பீடிக்கப்பட்டு சித்திரவதைக்கு உள்ளானபின், இனியும் தயங்கிக்கொண்டு வீட்டிலே இருந்தால் தன்னால் சகிக்கவே முடியாதென்று நினைத்து, அலுவலகத்துக்குப் போவதென ஒரு நன்னாளன்று தீர்மானித்தார்.

மனச்சோர்வுற்று வீட்டில் தங்கியிருந்தபோது, அலுவலகத்தினுள் தாம் எப்படிச் செல்ல வேண்டுமென ஆயிரம் தடவை அவர் கற்பனை செய்து பார்க்க முயன்றிருப்பார். தாம் செல்லுகையில் இரகசியக் குரலில் பலவாறாகவும் பேசப்படுவது காதில் விழும், பலவாறான முகபாவனைகளையும் காண வேண்டியிருக்கும், ஏளனச் சிரிப்புகளை எதிர்நோக்க வேண்டியிருக்கும் என்று நினைத்துப் பீதியுற்று வந்தார். இவற்றில் எதுவும் நேராமற்போனதும் அவர் வியப்புற்று விட்டார். எல்லோரும் அவரை மரியாதையுடன்தான் வரவேற்றனர். தலைகுனிந்து வணக்கம் தெரிவித்தனர். யாவரும் முனைப்புடன் வேலை செய்தனர். அவர் உள்ளத்தில் மகிழ்ச்சி பொங்கிற்று, தமது தனியறைக்குள் போய்ச் சேர்ந்தார்.

இவ்வறைக்குள் வந்ததும் உடனே அவர் தமது அலுவல்களை மேற்கொண்டுவிட்டார். சில அறிக்கைகளையும் விளக்கங்களையும் கேட்டுத் தெரிந்துகொண்டு உத்தரவுகளை அளித்தார். அன்று காலை போல என்றுமே தாம் அவ்வளவு அறிவார்ந்த முறையில், அவ்வளவு காரியார்த்தக் கண்ணோட்டத்துடன் பரிசீலித்ததுமில்லை, விவாதித்ததுமில்லை

என்பதாக அவருக்குத் தோன்றியது. தாம் செய்த வேலைகள் குறித்து எல்லோரும் திருப்தியடைந்தனர், எல்லோரும் தம்மைப் போற்றினர், மதித்து நடந்தனர் என்பதைக் கண்டார். சந்தேகம் கொண்டு கூர்ந்து நோக்கும் கண்களுக்கும் இங்கு எதுவும் முறை தவறி நடப்பதாகத் தெரிந்திருக்காது. யாவும் அப்படிச் செவ்வனே நடந்தேறின.

சில காகிதங்களை எடுத்துக்கொண்டு முடிவில் அக்கீம் பெத்ரோவிச் நேரில் வந்து சேர்ந்தார். அவரைப் பார்த்ததும் இவான் இலியீச்சுக்கு 'பகீர்' என்றது, ஆனால் கணப்பொழுதுக்குத்தான். உடனடி விவகாரத்தை அவர் அக்கீம் பெத்ரோவிச்சுடன் விவாதித்தார், ஆர்ப்பாட்டமாகப் பேசினார், என்ன செய்ய வேண்டுமென்பதைக் கூறி யாவற்றையும் அவருக்கு விளக்கினார். அதேபோதில் அதிக நேரத்துக்குத் தமது பார்வை அக்கீம் பெத்ரோவிச்சின்மீது படியாதவாறு தமது பார்வையைத் திருப்பிக் கொள்வது போலவும், இன்னும் குறிப்பாக அக்கீம் பெத்ரோவிச் தம்மை உற்று நோக்க அஞ்சுவது போலவும் அவருக்குத் தோன்றியது. இப்பொழுது அக்கீம் பெத்ரோவிச் வேலைகளை முடித்துக்கொண்டு காகிதங்களைக் கையில் எடுக்க முற்பட்டார்.

"இன்னும் ஒரு வேண்டுகோள் இருக்கிறது" என்று அவர் வறண்ட குரலில் பேச முயன்றார். "பதிவாளர் பிசெல்தனீமவ் மாற்றிக்கொண்டு செல்ல விரும்புகிறான்... மேதகையர் செமியோன் இவானவிச் ஷிப்புலேன்கோ தமக்கடியில் அவனுக்கு வேலை தருவதாக வாக்களித்துள்ளார். மேதகையீர், தங்களுடைய உதவியும் கிடைக்க வேண்டுமென்று பிசெல்தனீமவ் கேட்டுக்கொள்கிறான்."

"அப்படியா? மாற்றிக்கொண்டு போகவா விரும்புகிறான்?" என்று கேட்டார் இவான் இலியீச். ஒரு பெரும் சுமை தம்மிடமிருந்து நீக்கப்பட்டு விட்டது போன்ற ஓர் உணர்வு அவருக்கு ஏற்பட்டது. அவர் அக்கீம் பெத்ரோவிச்சைப் பார்த்தார், கணப்பொழுதுக்கு இருவரும் ஒருவரையொருவர் பார்த்துக் கொண்டனர்.

"சரி... என்னைப் பொறுத்தவரை... இயன்றதனைத்தும் செய்கிறேன்..." என்று பதிலளித்தார் இவான் இலியீச். "எனக்கு ஆட்சேபம் இல்லை."

அக்கீம் பெத்ரோவிச் இதன்பின் சீக்கிரமே போய் விட விரும்பினார். ஆனால் இவான் இலியீச் திடுமென தயாள சிந்தை மிக்கவராகப் பேசத் தீர்மானித்துவிட்டார் மீண்டும் திடீர் ஆர்வம் அவரைப் பற்றிக்கொண்டு விட்டது.

அக்கீம் பெத்ரோவிச்சை ஆழ்ந்த முக்கியத்துவம் வாய்ந்த முறையில் உற்றுப் பார்த்தவாறு, "அவனிடம் சொல்லுங்கள், அவன்மீது எனக்குக் கோபமில்லை என்று சொல்லுங்கள். ஆம், அவன்மீது எனக்குக் கோபம் துளிக்கூட இல்லை. நடந்ததை மறந்துவிட, யாவற்றையும் அறவே... அறவே மறந்து விடத் தயாராயிருக்கிறேன்..." என்று கூறினார்.

ஆனால் இவான் இலியீச் திடுமெனத் தமது பேச்சை நிறுத்திக்கொண்டு விட்டார். அக்கீம் பெத்ரோவிச்சின் விபரீத நடத்தையைக் கண்டு வியப்புற்று அவர் பேச்சை நிறுத்திக் கொண்டு விட்டார். இதுவரை கூர் அறிவுடையவராய் நடந்து வந்த அக்கீம் பெத்ரோவிச் விளங்காத ஏதோவொரு காரணத்தால் திடுதிப்பென படுமுட்டாளாய் மாறிவிட்டாரோ என்று நினைக்க வேண்டியிருந்தது. பணிவுடன் காது கொடுத்துக் கேட்பதற்குப் பதில், அவர் திடுமென அசடு போல முகம் சிவந்து போய் வேகமாய் மீண்டும் மீண்டும் தலைகுனிந்து வணக்கம் கூறியவாறு பின்பக்கமாக நகர்ந்து கதவை நோக்கிச் சென்றார். தரைக்கு அடியில் மறைந்துவிட விரும்புவது போல, உடனே தமது இடத்துக்கு ஓடிச் சென்று விட நினைப்பது போல நடந்து கொண்டார். தனியே விடப்பட்டதும் இவான் இலியீச் சற்றுக் கலக்கமுற்றவராகத் தமது நாற்காலியிலிருந்து எழுந்தார். கண்ணாடியில் பார்த்தார், ஆனால் அதில் தெரிந்த தமது பிம்பத்தை அவர் கவனிக்கவில்லை.

"இல்லை - கண்டிப்பு அவசியம், மிகமிக அவசியம்" என்று தம்மை அறியாமலே மனதுக்குள் கூறிக்கொண்டார். அவர் முகம் முழுதும் திடுதிப்பென செவ்வொளி படர்ந்தது. அவருக்கு ஏற்பட்ட வெட்க உணர்ச்சியும் உபத்திரவமும் எட்டு நாட்களாகப் பிணியுற்றிருந்த போது அவர் அனுபவித்ததைக்காட்டிலும் கடுமையாக இருந்தது. "போதும் இது தாங்க முடியவில்லை" என்று மனதுக்குள் கூறிக் கொண்டு, செயலற்றவராகத் தமது நாற்காலியில் சாய்ந்து விட்டார்.

~